AF751874

ĐẾN BỜ TỰ DO
Nguyễn Duy Vinh & Hoàng Thị Lan phỏng dịch

Thiết kế bìa: Uyên Nguyên Trần Triết
Dàn trang: Đỗ Huỳnh Đăng Ngọc
ISBN: 9798869036629

NGUYỄN DUY VINH & HOÀNG THỊ LAN
phỏng dịch

Đến Bờ Tự Do

Trung Tâm Người Việt Canada
Vietnamese Canadian Centre
Centre vietnamien du Canada

Đến Bờ Tự Do

Quà tặng những người tị nạn Việt Nam,

Cam Bốt và Lào của người dân

thành phố Ottawa

Phỏng dịch từ tác phẩm ***Gift of Freedom*** (How Ottawa Welcomed the Vietnamese, Cambodian, and Laotian Refugees), tác giả Brian Buckley, in bởi General Store Publishing House, 2008 (Canada)

Adapted from the book "Gift of Freedom" by Brian Buckley

Nguyễn Duy Vinh & Hoàng Thị Lan

Trung Tâm Người Việt Canada
Vietnamese Canadian Centre
Centre vietnamien du Canada

Suite 1 - 885 Somerset St. West, Ottawa, ON K1R 6R6, Canada
Mailing address: P.O. Box 62042 Convent Glen, Ottawa, ON K1C 7H8 Canada
Tel.: (613) 230-8282; Email: ottawavietcancentre@gmail.com
Website: www.vietnamesecanadiancentre.ca
Business No. 11928 5849

Lời giới thiệu

Trung Tâm Người Việt Canada hân hạnh giới thiệu cuốn sách *Đến Bờ Tự Do* do Giáo Sư Nguyễn Duy Vinh và phu nhân, Bà Hoàng Thị Lan, lược dịch từ cuốn *Gift of Freedom* của tác giả Brian Buckley. Cuốn sách này - do General Store Publishing House (Renfrew, Ontario, Canada) ấn hành và ra mắt tại Ottawa ngày 3-5-2008 - được Giáo Sư Buckley soạn thảo với sự điều hợp của Uỷ Ban Soạn Sách Dự Án 4000 (Project 4000 Book Committee) gồm có Bà Cố Đô Trưởng Ottawa Marion Dewar và 4 thiện nguyện viên của chương trình này: Lê Duy Cấn, Barbara Gamble, Norma McCord, Sue Pike, và Eleanor Ryan.

Dự Án 4000 được Bà Dewar khởi xướng năm 1979 để đáp ứng với tình trạng khẩn cấp của hàng trăm ngàn người tị nạn Đông Dương, trong số đó phần lớn là người Việt tị nạn, bỏ nước ra đi tìm tự do cuối thập niên 70, sau khi miền Việt Nam Cộng Hoà bị bức tử ngày 30-4-1975.

Với mục đích định cư 4000 người tị nạn tại Ottawa, Dự Án 4000 là khởi điểm gây được một tiếng vang lớn và là một trong những yếu tố đưa đến phong trào tư nhân bảo trợ người tị nạn lớn nhất trong lịch sử Canada. Được sự trợ giúp của chính phủ các cấp và sự tham dự của dân chúng trên toàn cõi Canada, phong trào này đã đóng góp vào việc định cư 62 ngàn người Việt tị nạn tại đây trong các thập niên 70, 80 và 90, đặt nền tảng cho cộng đồng người Việt gồm 300 ngàn người tại Canada hiện nay.

Nhận xét về Dự Án 4000, Ông Dennis McDermott, Chủ Tịch Tổng Liên Đoàn Lao Công Canada thời đó, phát biểu như sau: «Vấn đề người Việt tị nạn rõ ràng đã trở thành một thảm họa quốc tế về nhân đạo, do đó cần những biện pháp cương quyết và cấp bách».

Trung Tâm Người Việt Canada rất may mắn được Giáo Sư Nguyễn Duy Vinh và phu nhân ông nhận chuyển ngữ cuốn *Gift of Freedom* sang tiếng Việt. Công việc này không những đòi hỏi ở dịch giả một khả năng cao về sinh ngữ mà còn cần một kiến thức vững vàng về bối cảnh lịch sử của cuốn sách. Hai dịch giả giúp Trung Tâm trong công việc này hội đủ các điều kiện nói trên nên cuốn *Đến Bờ Tự Do* đã được hoàn tất một cách mỹ mãn.

Đến Bờ Tự Do trình bầy một cách cặn kẽ những nguyên nhân dẫn đến phong trào người Việt ào ạt bỏ nước ra đi tìm tự do sau biến cố năm 1975, phản ứng của dân chúng Canada khiến Bà Dewar thành lập Dự Án 4000, và quyết định của chính phủ Canada chấp nhận hàng ngàn người tị nạn đang tạm trú tại các trại tị nạn vùng Đông Nam Á trong tình trạng bất trắc vì không một quốc gia nào trong vùng cho họ định cư. *Đến Bờ Tự Do* cũng mô tả một cách chi tiết sự tham dự của các tổ chức tôn giáo, các hội đoàn cộng đồng, các cơ sở thương mại trong vùng cũng như hàng trăm thiện nguyện viên trong việc hướng dẫn người tị nạn xây dựng cuộc sống mới tại Canada.

Với cách sử dụng ngôn từ đơn giản và súc tích, hai dịch giả đã hoàn thành nhiệm vụ duy trì ý nghĩa của văn bản gốc. *Đến Bờ Tự Do* sẽ gửi đến người Việt trên toàn thế giới một trang sáng ngời trong lịch sử đón nhận người tị nạn của dân chúng Canada.

Lê Duy Cấn

Chủ Tịch, Trung Tâm Người Việt Canada

Đôi lời cảm tạ

Quyển sách này thành hình nhờ vào sự giúp đỡ của rất nhiều người. Và các vị ân nhân mà trước tiên chúng tôi muốn nhắc đến là Tiến Sĩ Lê Duy Cấn, Chủ Tịch Trung Tâm Người Việt Canada, người đã có sáng kiến đề nghị dịch cuốn Gift of Freedom của ông Brian Buckley. Sau đến các niên trưởng trong cộng đồng người Việt Canada, các ông Lạp Chúc Nguyễn Huy, Phạm Ngọc Tùng, Trịnh Vũ Điệp, và ông Trần Lương Ngọc đã bỏ thời giờ đọc và đóng góp sửa chữa bản dịch cho nó được hoàn hảo hơn.

Chúng tôi cũng không quên ghi nhận sự đóng góp quý giá của các ông Dương Thanh Liêm và Út Sam đã gửi và cho phép chúng tôi dùng một số hình ảnh trong cuốn sách này.

Nhà xuất bản Nhân Ảnh, qua ông Lê Hân, đã giúp việc thiết kế hình bìa và việc dàn trang rất đẹp và chu đáo, chúng tôi xin trân trọng ghi ơn.

Và cuối cùng chúng tôi, thay mặt cộng đồng người Việt Ottawa, xin chân thành cảm tạ ông Brian Buckley, tác giả của quyển Gift of Freedom đã cho phép chúng tôi dịch quyển sách của ông.

Chúng tôi ghép vào trang sau này tấm hình của cố Đô Trưởng Marion Dewar, người đứng ra chủ trương và đảm trách Dự Án 4000, đón nhận 4000 thuyền nhân Việt Nam, Cam Bốt và Lào đến Ottawa. Đứng bên cạnh Bà Dewar trong hình là cố dân biểu liên bang Paul Dewar, con trai Bà Dewar, và cũng là một người bạn quý của cộng đồng người Việt Ottawa.

Các trang kế tiếp từ trang 1 trở đi sau đó là những trang chính thức của bản phỏng dịch từ quyển Gift of Freedom. Những chi tiết của Dự Án 4000 được tác giả Brian Buckley kể lại thật đầy đủ và chúng tôi hy vọng là quyển phỏng dịch Đến Bờ Tự Do này cũng phản ảnh đúng đắn phần nào những lời và ý của tác phẩm nguyên thủy.

Nguyễn Duy Vinh và Hoàng Thị Lan

Cố Đô Trưởng Marion Dewar và con trai là ông Paul Dewar, cố dân biểu chính phủ liên bang Canada. Cả hai là ân nhân của Cộng Đồng Người Việt Ottawa nói chung và của thuyền nhân Việt Nam nói riêng, những thuyền nhân đã được bảo lãnh đến bờ tự do qua Dự Án 4000.

MỤC LỤC

A Prayer for Land

Lost in the tempests

Out on the open seas

Our small boats drift

We seek for land

During endless days and endless nights

We are the foam

Floating on the vast ocean

We are the dust

Wandering in endless space

Our cries are lost in the howling wind

Without food, without water

Our children lie exhausted

Until they cry no more

We thirst for land

But are turned backfrom every shore

Our distress signals rise and rise again

Bat the passing ships do not stop

How many boats have perished?

How many families lie beneath the waves?

Lord Jesus, do you hear the prayer of our flesh?

Lord Buddha, do you hear our voice

From the abyss of death?

O solid shore,

We long for you !

We pray for mankind to be present today!

We pray for land to stretch out its arms to us!

We pray that hope be given us

Today, from any land

(Unknown translator, 1978)

Lời nguyện cầu tìm đất sống

Lênh đênh ngoài sóng gió
Thuyền nhỏ giữa đại dương
Quyết tâm tìm đất sống
Đói lạnh bao ngày đường
Chúng tôi là bọt biển
Trôi giạt giữa mênh mông
Chúng tôi là hạt bụi
Trong không gian vô cùng
Tiếng chúng tôi lạc mất
Trong gió rít từng không
Trên thuyền không nước uống
Trên thuyền hết thức ăn
Con chúng tôi kiệt sức
Khóc rã và lịm dần
Chúng tôi khao khát Đất

Nhưng chẳng được tới gần
Mặc sức mà kêu cứu
Tàu bè vẫn dửng dưng
Bao nhiêu thuyền đã lật
Vì sóng gió bất thần
Bao nhiêu là mạng sống
Đã chìm lòng đại dương
Chúa Ki Tô có nghe
Lời nguyện cầu rướm máu?
Phật Quan Âm có nghe
Lời kêu cứu không ngừng?
Loài người ơi có nghe
Tiếng gọi từ hố thẳm
Đất liền ơi có biết
Tâm sự này hay không?
Xin loài người có mặt!
Xin đất liền giang tay!
Cho chúng tôi tìm thấy
Hy vọng trên đất này!

(tác giả: Thích Nhất Hạnh, 1978)

Courtesy of the University of Texas Libraries, The University of Texas at Austin.

IV

Bản đồ khu vực các nước Đông Nam Á

(*chụp lại từ quyển Gift of Freedom của tác giả Brian Buckley*)

Đôi lời tri ân

Trong thế giới của những nghệ sĩ trình diễn, người ta hay dùng hai chữ "thiên thần" để chỉ những ai có lòng giúp đỡ và khuyến khích công việc của người khác một cách đích đáng. Trong việc viết quyển sách này, tôi đã nhận được sự giúp đỡ của rất nhiều thiên thần.

Trước tiên tôi phải kể đến sự giúp đỡ về tài chánh của hai tổ chức tại thủ đô Ottawa, đó là Qũy Xây Dựng Cộng Đồng Ottawa và Chương Trình Tài Trợ Di Sản của thành phố Ottawa và tôi xin được bày tỏ lòng biết ơn đến hai hội này. Sự giúp đỡ của họ đã đến thật đúng lúc.

Tôi cũng không quên cảm ơn Trung Tâm Người Việt Canada (TTNVC) đã cung cấp cho tôi rất nhiều tài liệu và đồng thời giúp tôi gặp và tiếp chuyện với những người có liên quan đến các câu chuyện trong tập sách này. Đó là chưa kể đến việc cho phép tôi sử dụng phòng ốc của Trung Tâm để làm việc và họp hành.

Tôi cũng không thể nào quên được sự đóng góp lớn lao của Ủy Ban Thực Hiện Sách Viết Về "Dự án 4000" (sẽ viết tắt trong suốt tập sách nhỏ này là DA4000). Trong Ủy Ban này, có bà Barbara Gamble với cái nhìn của một nghệ sĩ cũng như với kinh nghiệm về quản lý của bà. Tiến sĩ Lê Duy Cấn với sự hiểu biết vừa rộng vừa tường tận, dựa trên kinh nghiệm giúp người tị nạn tại Ottawa cũng như khả năng dàn dựng kế hoạch và hướng dẫn công việc của ông. Bà Sue Pike với kinh nghiệm của một nhà viết văn và cảm nhận sắc bén về những việc cần làm. Bà Eleanor Ryan, người đã giữ cho 'ngọn lửa" luôn cháy sáng và đã có công phối hợp và gom góp những tài liệu quan trọng.

Cả nhóm thực sự đã biết nương tựa vào nhau để làm việc chung một cách rất hữu hiệu.

Các bài viết cũng được sự ủng hộ và đóng góp của ba thành viên khác, dù họ không có chân trong Ủy Ban Thực Hiện Sách. Đó là bà Marion Dewar, Đô trưởng thứ 52 của thành phố Ottawa và cũng là người đề xướng DA4000; ông Russ Mills, cựu chủ nhiệm tờ báo Ottawa Citizen, một nhân chứng quan trọng về các sự kiện thuyền nhân từ góc độ của một nhà báo; và ông Trần Lương Ngọc, một người có nhiều kinh nghiệm quý báu trên bước đường gầy dựng lại đời sống của mình trên đất mới. Cả ba vị này đã đọc thật kỹ từng chương sách của bản thảo và ghi lại những nhận xét có giá trị.

Công việc làm của chúng tôi cũng khó tiến hành được nếu không có sự đóng góp của những người trong cuộc, những người mà DA4000 đã gây ảnh hưởng trực tiếp đến đời sống của họ. Đó là những thuyền nhân, những nhà bảo lãnh và những thiện nguyện viên. Họ đã chia sẻ với chúng tôi những kinh nghiệm và nhất là những kỷ niệm sống của họ. Nhiều người đã cho chúng tôi sống lại những giây phút họ đã trải qua và chia sẻ với chúng tôi kỷ niệm của những bước đầu chập chững cũng như những lúc họ hội nhập thành công sau này khi họ đến Ottawa. Tuy những giây phút đó cho thấy nhiều thảm cảnh thương tâm nhưng lòng can đảm và từ bi đã giúp họ vượt qua tất cả những khó khăn mà các thuyền nhân, đã hơn một lần, kể lại cho chúng tôi.

Chúng tôi cảm ơn bà Laura Byrne Paquet, người chủ biên quyển sách này. Bà đã làm việc với sự trân trọng tinh tế và thông minh. Như ông H.W. Fowler viết trong phần nhập đề quyển "Cách Dùng Tiếng Anh Cận Đại" : "tôi nghĩ về quyển sách này như là một quyển sách trong đó những văn tự dài dòng đã được rút ngắn đi, những sự tẻ nhạt được làm sống động lại, những sự thực được nhân lên gấp bội". Nếu quyển sách này thể hiện được phần nào nhận xét của ông Fowler, tôi nghĩ sự thành công đó có được là nhờ vào sự đóng góp xuất sắc của bà Laura Paquet.

Và còn nhiều thiên thần khác đã đến với chúng tôi. Chúng tôi xin đặc biệt cảm ơn bà Clémentine-Ann Remedies và bà Gisèle Nyembwe của Cao Ủy Tị Nạn Liên Hiệp Quốc, văn phòng Ottawa; bà Liisa Thoninen, quản thủ thư viện của báo Ottawa Citizen; bà Hariette Fried của Sở Văn Khố thành phố Ottawa; và các nhân viên đắc lực của Thư Viện và Sở Văn Khố

Canada và Thư Viện Công Cộng thành phố Ottawa. Chúng tôi cũng không quên ghi nhận lòng biết ơn của chúng tôi và xin gửi đến ông Tim Gordon và những đồng nghiệp của ông ở nhà in General Store Publishing House đã lo việc ấn tống và hoàn thành quyển sách này. Họ đã cho chúng tôi sống qua những giây phút thoải mái và lạc quan.

Anh Lê Phan, một nghệ sĩ về hội họa và một nhà nhiếp ảnh tài ba, đã bỏ ra rất nhiều thì giờ thiết kế hình bìa, cũng như cung cấp rất nhiều hình ảnh cho quyển sách này. Trang bìa gồm những hình ảnh mà chúng tôi được phép dùng có sự chấp thuận của Cao Ủy Tỵ Nạn Liên Hiệp Quốc (UNHCR) và ông Phạm Thế Trung, điêu khắc gia tạc tượng Mẹ Bồng Con, đài kỷ niệm thuyền nhân được Liên Hội Người Việt Canada (LHNVC) khánh thành ngày 30 tháng tư năm 1995. Trang cuối của quyển sách này gồm những hình ảnh được cung cấp bởi các ông Nguyễn Trương Hà Phương, Trịnh Vũ Điệp và Lê Phan.

Nếu quyển sách có những điểm son thì những điểm son đó là những đóng góp của mọi người. Còn lại những lỗi lầm hoặc những điểm yếu kém hoặc chưa đủ hay là hoàn toàn trách nhiệm của tôi.

Tuy thế, dù cho có rất nhiều người đóng góp, tôi hoàn toàn phụ trách việc kiểm soát phần nội dung. Như vậy, nếu có những bó hoa khen thưởng, những bó hoa này phải được tặng cho tất cả những người tôi đã kể trên đây còn những lời chê bai thì riêng tôi xin nhận.

Một lời cầu nguyện cho đất mới

Phần nhập đề

Ông Hoàng Song An ngồi ở phòng ngoài nhà ông tại khu Ottawa Centretown và ông chậm rãi châm trà mời khách. Nhà ông xinh xắn và tươm tất. Ngày hôm đó là một ngày mùa thu có nhiều nắng ấm, từ những viên gạch cũ nơi góc nhà ông An nhìn ra sân lung linh ánh sáng khiến người ta có cảm tưởng như đang sống trong mùa hè. Xung quanh nhà đầy hoa và trong góc vườn có một cái nhà nhỏ hai tầng để trẻ con chơi và cũng có thể ngủ ở đó vào những đêm hè nóng bức.

Ông An, bây giờ tuổi trạc 60, kể lại những sự kiện đã đưa đẩy ông bỏ nước Việt Nam ba mươi năm về trước. Sau nhiều tháng sống trong một trại tị nạn ở Thái Lan, ông được tin Canada đã chấp thuận cho ông sang xứ này dưới dạng tị nạn. Ông quá cảm động, và ông nhớ lại, ông đã làm một bài hát để tỏ lòng biết ơn của ông. Sau một lúc ngừng nghỉ, ông An đã hát cho chúng tôi nghe bài hát này. Sau đó, chúng tôi tiếp tục hàn huyên về chuyện con cái và gia đình. Ông An hãnh diện kể cho chúng tôi nghe về những thành quả mà hai cháu gái đã đạt được nơi học đường. Và khi buổi gặp gỡ của chúng tôi đến hồi kết thúc, ông An cho chúng tôi xem những hình ảnh và những mẩu chuyện cắt từ các báo. Một tấm hình đặc biệt cho thấy rõ một thảm cảnh trên biển Nam Hải gợi lên những ký ức kinh hoàng. "Các ông biết không", ông An nói, "nhìn tấm hình này với sóng biển tới tấp, tôi vẫn không hiểu sao chúng tôi đã tìm được can đảm làm những chuyện mình đã làm". Và ông nói tiếp, với gương mặt và nụ cười rạng rỡ, "nhưng tôi rất sung sướng chúng tôi đã làm được điều đó".

Lòng can đảm của ông An, cũng như của hàng triệu người như ông, đã không phó mặc đời mình cho định mệnh khắc nghiệt. Lòng nhân từ của những người dân thành phố Ottawa với việc thực hiện DA4000 để đón tiếp những người xa lạ vào cuộc sống của họ chính là những chủ đề kết nối khắng khít với nhau tạo thành quyển sách này.

Chương 1
Canada và những người tị nạn từ vùng Đông Nam Á
Đôi dòng của bà Flora MacDonald

Tôi rất vui sướng khi được tin những nỗ lực và những việc làm liên quan đến Dự Án 4000 (DA4000) sẽ được viết thành sách. Chúng ta, những người Canada, thường hay có tính tập trung cái nhìn của mình trên những thất bại hơn là những thành công của chúng ta. DA4000, và những cố gắng của chúng ta trong việc giúp đỡ những thuyền nhân vùng Đông Nam Á, dù nhìn trên bình diện bao quát hay nhìn theo góc độ của DA4000, đều là những thành công theo nghĩa đầy đủ nhất của hai chữ này. Những thành công này đáng được ghi nhớ như là những trang sách quan trọng và tốt đẹp trong trang sử quốc gia Canada.

Làn sóng tị nạn từ Việt Nam, Cam Bốt và Lào, từ lúc khởi thủy ngay sau cuộc chiến tranh Việt Nam chấm dứt cho đến hai thập niên sau đó, là một trong những biến cố cần sự huy động cấp cứu nhân đạo khẩn cấp nhất ở hậu bán thế kỷ 20. Đây cũng là một trong những cuộc huy động phức tạp nhất. Từ năm 1975 đến năm 1995, đã có hơn ba triệu người rời quê hương xứ sở của họ để đi tìm một chỗ định cư mới, bất cứ chỗ nào họ tìm được. Trong số ba triệu này, khoảng hai triệu người đã được định cư xa hơn vùng họ ở và phần lớn là ở Bắc Mỹ Châu, Tây Âu và Úc Châu.

Tình trạng khẩn cấp kéo dài với cái tên 'thảm trạng thuyền nhân' mà cả thế giới biết đến, bắt đầu vào cuối năm 1978 và tiếp tục cho đến hết năm 1980. Làn sóng tị nạn càng lúc càng dồn dập khi người dân ùn ùn bỏ nước ra đi với bất cứ phương tiện nào. Hàng trăm ngàn người chết, nạn nhân của thiên tai và luôn cả của đồng loại. Không ai tưởng tượng nổi mức độ của sự thống khổ. Nhu cầu đáp ứng với những làn sóng người quá lớn khiến ngay những nước láng giềng lân cận, nơi mà các thuyền nhân đã tràn đến, phải lo cho sự sống còn của riêng họ.

Hôm mồng 4 tháng 6 năm 1979 là ngày tôi tuyên thệ nhậm chức bộ trưởng Bộ Ngoại Giao trong chính phủ của ông Joe Clark. Chỉ vài tuần sau, ông Clark và tôi đã lên đường dự cuộc họp thượng đỉnh của nhóm G7 ở Tokyo, nơi mà các bộ trưởng ngoại giao họp để bàn cãi rất nhiều về tình trạng khẩn cấp của vùng Đông Nam Á. Biến cố ngày càng dồn dập. Với sự tuyệt vọng ngày mỗi lớn dần trong vùng này, Liên Hiệp Quốc đã tổ chức một hội nghị tại Geneva ngày 20 tháng 7 năm 1979 để tìm giải pháp cho cuộc khủng hoảng.

Để sửa soạn cho hội nghị đó, tôi đã thành công trong việc thuyết phục ông Clark và các đồng nghiệp trong nội các là Canada nên là nước tiên phong, bằng cách tăng số thuyền nhân tị nạn được nhận vào Canada từ 8,000 lên đến 50,000. Hai ngày trước khi tôi lên đường đi Geneva, chúng tôi đã thông báo là Canada sẵn sàng nhận 50,000 thuyền nhân Đông Nam Á, từ khi đó đến cuối năm 1980 (và mục tiêu này sau đó đã được tăng lên đến 60,000).

Tôi không dám nói thêm về niềm tự hào này, nhưng tôi nghĩ chắc chắn một điều là việc chấp nhận một số đông dân tị nạn Đông Nam Á vào Canada đã nêu gương khuyến khích những nước khác có chính sách nhận di dân làm theo. Hội nghị Geneva đã thành công lớn hơn cả những gì người ta tiên đoán trước đó và đã đánh dấu một mốc quan trọng trong quá trình phát triển một giải pháp dài hạn, đa phương, và chặt chẽ cho cuộc khủng hoảng này.

Sự đáp ứng của người dân Canada trước thảm cảnh thuyền nhân thật là đẹp đẽ. Dân chúng khắp nơi rất chú tâm đến những gì đang xảy ra và sẵn sàng giúp đỡ. Tuy cũng có một vài chống đối, nhưng tiếng nói mạnh mẽ và cương quyết nhất vẫn là những tiếng nói muốn Canada phải lập tức ra tay. Có thể nói đa số ý kiến của người dân là họ đã sẵn sàng. Sự đáp ứng của cả nước đưa đến việc bảo lãnh một số lớn thuyền nhân, con số này lớn hơn bất cứ con số bảo lãnh của các nước Tây phương khác có chương trình định cư. Việc ra tay cứu giúp nồng nhiệt và bao dung của chúng ta đã được văn phòng Cao Ủy Tị Nạn Liên Hiệp Quốc vinh danh với huy chương Nansen tặng cho dân tộc Canada. Có thể đây là lần duy nhất dân tộc một quốc gia được vinh danh như thế.

Tuy vậy, phải nói thêm rằng không có chỗ nào trên toàn Canada có đáp ứng mạnh mẽ và hiệu quả như đáp ứng của thành phố Ottawa và các vùng lân cận của thành phố này. Vào tháng 6 năm 1979, bà Đô trưởng Marion Dewar kêu gọi người dân thành phố Ottawa giúp đỡ những người tị nạn và bà khởi xướng Dự án 4000 để họ có một công cụ thể hiện sự giúp đỡ của họ. Những nỗ lực nhiệt tâm của bà đã là động cơ thúc đẩy sự đóng góp nhiệt liệt và hào hiệp của dân thành phố Ottawa. Chỉ trong vòng vài ngày, Dự án 4000 – một chương trình định cư 4,000 người tị nạn vùng Đông Nam Á tại Ottawa - đã khởi sự. Thêm vào đó, ảnh hưởng của Dự án này lan rộng đến các vùng lân cận. Bà Dewar kêu gọi các thị trưởng của những thành phố khác theo gương thành phố Ottawa. Đã có nhiều thị trưởng đáp ứng và việc làm này đã khích lệ sự đáp ứng của toàn quốc.

Dự án 4000 còn cho thấy tầm ảnh hưởng trên nhiều mặt khác nữa. Khi Dự án ngày càng phát triển, không một nhân viên chính phủ hay một nhà chính trị liên bang nào mà không biết đến việc đóng góp của dân địa phương trong việc giúp đỡ các thuyền nhân một cách nhanh chóng và có hiệu quả. Dự án 4000 đã chứng minh được sức mạnh rõ ràng từ cương vị người dân và từ đó đã làm dễ dãi công việc của chúng tôi, những viên chức của chính phủ liên bang với mục tiêu định cư số người tị nạn khá cao trên toàn quốc.

Bây giờ nhìn lại, sau ba thập niên, tôi càng thấy rõ ràng là Dự án 4000 và sự đáp ứng của cả nước là những thành quả toàn vẹn. Cá nhân tôi luôn tin tưởng vào sự thành đạt của đất nước Canada trong những việc làm tốt. Vai trò của chúng ta trong việc giải quyết cuộc khủng hoảng thuyền nhân đã chứng minh điều đó. Thành phố Ottawa, cũng như toàn quốc Canada, dành được một số lớn những công dân mới và họ đã biết tự lập và đã đóng góp trực tiếp vào sự tăng trưởng kinh tế của chúng ta. Thời gian qua đã làm nhân chứng cho sự hội nhập thành công của những người tị nạn và con cái họ. Sự làm việc cần cù và siêng năng đã đưa họ đến những vị trí chính đáng trong xã hội Canada. Gia tài văn hóa của chúng ta nhờ đó đã lớn mạnh hơn và đa dạng hơn. Và có thể, quan trọng hơn hết, là những người dân

Canada bình thường đã học được bài học là khi họ dồn những nỗ lực của họ trong việc theo đuổi một mục tiêu cao cả và độ lượng, kết quả thâu lượm được sẽ rất đáng kể.

Dù rằng được diễm phúc góp phần vào sự nghiệp chính trường trong rất nhiều năm, không có gì làm cho tôi thỏa mãn hơn là vai trò tôi đã được vinh hạnh đóng góp trong khi giải quyết cuộc khủng hoảng tị nạn Đông Nam Á.

Đó là câu chuyện của Dự án 4000 – một câu chuyện của lòng can đảm và lòng bác ái – bây giờ đang được thuật lại và làm tăng thêm sự mãn nguyện của tôi.

Chương 2
Chân dung của một thảm họa

'Khi tang thương đến, nó không đến từng mảnh rời rạc mà đến ào ạt như một đội quân' – Hamlet, hồi IV, cảnh V

" Phúc bất trùng lai, họa vô đơn chí " – Thành ngữ Hán-Việt

Cuộc chiến và khủng hoảng ở Đông Nam Á

Dân tộc Việt Nam hình như đã quen thuộc với những biến cố theo dòng lịch sử của họ. Dân tộc Việt Nam, Cam Bốt, và Lào đã cùng gánh chịu và đi vào một kỷ nguyên sôi bỏng giữa thế kỷ 19. Những nỗ lực của nước Pháp để thiết lập một thuộc địa trong vùng này bằng võ lực, tuy đã đạt được những thành quả tạm thời, không lâu sau đã gặp những cuộc chống đối của người bản xứ. Mặc dù người Pháp đã đủ sức gìn giữ và kiểm soát được phần đất được gọi là "Đông Dương thuộc Pháp", cái giá phải trả cho việc này ngày càng tăng, cho cả người Pháp và dân bị trị. Cuộc chiếm đóng Đông Dương của Nhật Bản vào năm 1940, với sự đồng tình của chính phủ Pháp (Vichy), đã không gặp một kháng cự nào. Những dân tộc trong vùng, đặc biệt là dân tộc Việt Nam, đã liệt kê người Nhật vào danh sách rất dài những dân tộc xâm lăng mà họ đã biết. Họ đã phản ứng lại bằng một cuộc chiến tranh du kích.

Trong bối cảnh của Đại Chiến Thứ Hai sắp sửa chấm dứt trước nỗ lực của Pháp để tái lập sự kiểm soát của họ ở những thuộc địa cũ, sự chống đối tại địa phương đã nhanh chóng làm bùng nổ cuộc nổi loạn có sẵn. Lực lượng chống Pháp, phần lớn được thúc đẩy bởi tinh thần quốc gia yêu nước, dần dà quy tụ chung quanh những người cộng sản Việt Nam do Hồ Chí Minh lãnh đạo. Cuộc chiến đấu leo thang thành một cuộc chiến tranh toàn diện, bùng nổ vào năm 1946, và kéo dài 8 năm, cho đến khi người Pháp chấp nhận là họ đã thua, sau khi thất trận Điện Biên Phủ. Đây là cuộc chiến tranh Đông Dương thứ nhất. Mặc dù hòa ước Geneva năm 1954 chính thức chấm dứt cuộc chiến này, hòa ước đó đã không đem lại hòa bình thực sự. Nước Việt Nam bị chia ra làm hai phần với thể chế chính trị riêng biệt (và trên nguyên tắc phải có bầu cử để đi đến thống nhất, nhưng việc này đã không bao giờ xảy ra). Diễn trường đã được dàn dựng cho một cuộc chiến dài khác, phức tạp về chính trị và quân sự, giữa Hà Nội, thủ đô của nước Việt Nam Dân Chủ Cộng Hòa theo chế độ cộng sản, và Sài Gòn, thủ đô của nước Việt Nam Cộng Hòa, chống chủ nghĩa cộng sản. Hơn một triệu người miền Bắc bỏ xứ chạy vào Nam sau khi chính quyền cộng sản được thành lập. Trong khi đó 130,000 người thân cộng ra Bắc tập kết. Sự việc này làm tăng trưởng thêm định hướng chính trị của hai miền. Chính phủ mỗi miền nhận được sự giúp đỡ mạnh mẽ về quân sự và chính trị từ các cường quốc bên ngoài. Bắc Việt nhận được sự giúp đỡ từ khối cộng sản gồm Liên Bang Xô Viết và Trung Quốc. Miền Nam dựa vào Hoa Kỳ và nhiều nước đồng minh trong vùng. Có một số dân miền Nam ủng hộ Hà Nội vì họ coi cuộc chiến đấu là một cuộc kháng chiến chống đô hộ để đi đến thống nhất. Trong hơn hai thập niên, cuộc chiến này đã trở thành một sự đương đầu giữa hai khối Đông và Tây, một cuộc xung đột về ý thức hệ, một sự tranh giành giữa các sức mạnh địa phương, và đó cũng là một cuộc chiến tranh du kích.

Mặc dù lúc đầu Hoa Thịnh Đốn đã không có phản ứng thuận lợi cho sự đòi hỏi của người Pháp là họ muốn quay lại vùng Đông Nam Á vào khởi điểm của cuộc chiến tranh lạnh. Đặc biệt là vụ Bắc Hàn xâm chiếm Nam Hàn vào năm 1950 đã làm thay đổi thái độ của những nhà lãnh đạo Mỹ là họ không có sự lựa chọn nào khác hơn là ủng hộ Paris. Thuyết “domino” trở thành một thuyết có nhiều người tin, thuyết đó quả quyết rằng nếu muốn ngăn chặn sự bành trướng của cộng sản trong vùng Đông Nam Á và Thái Bình Dương - trong đó sẽ có những quốc gia dần dà rơi vào tay cộng sản - chỉ có cách duy nhất là phải đối đầu với sự bành trướng này. Mặc dù Hoa Kỳ đã vắng mặt trong cuộc chiến Đông Dương lần thứ nhất về quân sự nhưng sau cùng thì Hoa Kỳ đã trở thành một nguồn tiếp tế quan trọng về nhiên liệu cũng như sự giúp đỡ về kinh tế và chính trị cho người Pháp khi cuộc chiến thực sự bùng nổ.

Trước sự thất trận của người Pháp, Hoa Kỳ bị kéo vào vòng chiến – hoặc chính Hoa Kỳ tìm cách đi vào vòng chiến - và tham gia ngày càng tăng trong chiến tranh Nam-Bắc Việt Nam. Từ một nhóm nhỏ gồm những cố vấn quân sự được gởi sang Việt Nam năm 1950 để tìm hiểu những lời kêu gọi giúp đỡ của người Pháp, sự hiện diện của quân lực Hoa Kỳ đã lên đến 16,000 quân năm 1964 và hơn nửa triệu năm 1969. Về phía Hà Nội, họ cũng ráo riết gia tăng quân lực, kiểm soát chặt chẽ hơn những phần tử chống đối ở miền Nam và họ được cả Liên Bang Xô Viết và Trung Quốc ủng hộ mạnh mẽ. Cuộc chiến, không những chỉ gia tăng giữa các phe chính trong cuộc, mà còn lan rộng quanh vùng. Cả Cam Bốt và Lào cũng nhảy vào vòng chiến.

Tuy có quân đội Hoa Kỳ hùng hậu tham dự, cuối năm 1960, và nhất là sau cuộc tấn công Tết Mậu Thân năm 1968, đa số người Mỹ bắt đầu tin là cuộc chiến khó có thể thắng. Chính phủ mới của ông Nixon đã bắt đầu tìm các lối ra cho Hoa Kỳ. Chính sách “Việt Nam hóa” cuộc chiến đã được chấp thuận. Hoa Kỳ tiếp tục thương thuyết với Bắc Việt và đồng thời cũng nỗ lực hỗ trợ Nam Việt Nam về quân sự. Sau khi hiệp định Paris về hòa bình được ký kết vào tháng giêng năm 1973, Hoa Kỳ đã xúc tiến nhanh việc rút quân ra khỏi Việt Nam. Mặc dù miền Nam tiếp tục chiến đấu một mình thêm hai năm nữa, cán cân chiến lược đã nghiêng hẳn về phía Hà Nội. Ngày 30/4/1975, Sài Gòn thất thủ. Quân đội cộng sản chiến thắng kiểm soát hoàn toàn miền Nam Việt Nam.

Bi kịch lịch sử được ghi lại một cách ngắn ngủi này được tô đen thêm với con số lớn những người bị thiệt mạng, những đổ nát, những mất mát và khổ đau. Chiến tranh Việt Nam đã cướp đi sinh mạng của gần 5.4 triệu người, mà đa số là dân sự. Chưa kể đến những người bị thương và tàn tật. Di sản vật chất và văn hóa của nhiều thế hệ đã bị thiêu hủy. Nếp sống truyền thống bị đổ vỡ, đôi khi không còn tạo lại được. Hàng ngàn tấn thuốc hóa học khai quang do người Mỹ đổ xuống, trong khoảng từ 1961 đến 1971 đã gây ra nhiều thiệt hại trên con người, loài vật và cây cỏ mà ngày nay ảnh hưởng của chất độc hóa học vẫn còn tiếp tục. Một trong những trang sử đen tối nhất của hành động man rợ của loài người trong thế kỷ 20 đã được viết lên ở Cam Bốt, nơi mà chế độ diệt chủng của Pol Pot đã tàn sát từ 2 đến 4 triệu người cùng chủng tộc. Con số người chết bằng một phần ba tổng số dân Miên. Những khổ đau triền miên này không giới hạn ở đây. Những cuộc xung đột tiếp tục diễn ra và kéo dài, làm cho rất nhiều người bị đuổi ra khỏi nhà họ, tài sản bị cướp, liên hệ với cộng đồng và văn hóa chính gốc của họ bị cắt đứt.

Một cảnh ngày 30 tháng 04 năm 1975
(Hình: Internet)

Người ta đã trở thành người tị nạn bằng nhiều cách. Dùng máy bay là cách duy nhất cho một số để thoát nhanh khỏi sự đe dọa trực tiếp và khẩn cấp. Viễn ảnh một cuộc sống lưu vong với nhiều hiểm nguy, nhưng chắc dần dà sẽ tốt hơn là phải sống trong tình trạng ngày càng xấu đi. Quyết định bỏ hết để ra đi, hầu như luôn luôn là một quyết định đau đớn, nhưng cũng là một chiến thắng, dù là mong manh, của hy vọng trên sự tuyệt vọng. Đối với những người đã quyết định ra đi, lên máy bay có nghĩa là mất hết, không những của cải và nơi ăn chốn ở mà còn mất luôn cả mảnh đất đã nuôi nấng mình từ khi ra đời, nơi đã có bao nhiêu tình thân, những sợi dây liên hệ, văn hóa, ngôn ngữ và cái "hình ảnh trong tâm thức" đã tạo cho mình một chút ý nghĩa về thế giới. Và dĩ nhiên làm được chuyện ra đi này đòi hỏi lòng can đảm lớn và một ý chí mạnh. Dấn thân vào cuộc sống lưu vong là gạt bỏ sự thất bại của số phận nghiệt ngã. Bắt đầu một cuộc phiêu lưu mạo hiểm cho gia đình nhưng cuối cùng chỉ là đơn thuần là một hành động chấp nhận mọi thách thức.

Những làn sóng tị nạn sau cuộc chiến tranh Việt Nam

Cuộc chiến kéo dài ở Đông Nam Á, như đã nói đến trước đây, đã thường xuyên gây ra những cuộc di chuyển của người dân rời khỏi nơi sinh trưởng của mình. Ở điểm leo thang cao nhất của chiến tranh Việt Nam, vào những năm 1960, một số dân khoảng 10 triệu người ở miền Nam – tức là bằng nửa dân số Việt Nam lúc bấy giờ – đã phải rời chỗ ở ngay trong phạm vi biên giới của nước mình. Làn sóng di cư gọi là "thuyền nhân", những người đã làm rung động lương tâm thế giới trong những năm 1978-79, có thể được xem như là tấm thảm kịch lớn nhất nhưng không phải là duy nhất của lịch sử loài người. Làn sóng này đã thực sự bắt đầu nhiều năm trước đó và tiếp tục trong nhiều thập niên sau.

Trong những ngày cuối trước khi Sài Gòn thất thủ vào tay quân đội Bắc Việt, trong tháng 4 năm 1975 đã có nhiều người có liên quan hoặc làm việc với chính quyền miền Nam hay với người Mỹ rời Việt Nam. Khoảng 140,000 người được di tản với quân đội Hoa Kỳ và được định cư tại Mỹ. Có ít nhất khoảng 12,000 người di tản bằng đường biển qua những nước láng giềng không cộng sản. Mặc dù cuộc ra đi này đã bớt dần vào cuối năm 1975, những cuộc ra đi từng nhóm nhỏ vẫn tiếp tục một thời gian sau đó.

Cuộc chiến thắng của người cộng sản Bắc Việt tạo nên nỗi lo âu trên khắp lãnh thổ miền Nam, và sự lo âu này lan rộng chứ không chỉ giới hạn ở những người đã tích cực ủng hộ chính quyền miền Nam. Dù sao đi nữa, đa số dân chúng giữ một thái độ quan sát và chờ đợi, hy vọng tìm được cách hội nhập vào hoàn cảnh chính trị mới. Nhưng đa số đã đi đến kết luận khá sớm là, dưới chế độ mới, họ chỉ có một tương lai đen tối.

Người cộng sản chiến thắng đã có phương sách áp đặt ý muốn của họ trên toàn lãnh thổ Việt Nam. Quân nhân các cấp và công chức các ngạch trong chính phủ Việt Nam Cộng Hòa thua trận đã bị bắt buộc đi học tập cải tạo. Tất cả những công trình của miền Nam tiêu biểu cho một thực thể chính trị đã bị xóa đi và ngay cả chính phủ lâm thời của Mặt Trận Giải Phóng Miền Nam cũng bị giải thể. Vào tháng bảy năm 1976, cả hai miền Nam và Bắc thống nhất dưới danh nghĩa Cộng Hòa Xã Hội Chủ Nghĩa Việt Nam. Thành phố Sài Gòn bị đổi tên là Thành Phố Hồ Chí Minh. Nền kinh tế thị trường tự do của miền Nam dần dà bị đặt dưới những kế hoạch kinh tế chỉ huy đến từ miền Bắc. Một số vùng kinh tế mới được tạo lập và thường là những vùng xa xôi hẻo lánh chưa được khai khẩn. Rất nhiều dân miền Nam bị bắt buộc bỏ nhà cửa của họ để đến định cư ở những vùng này.

Những chính sách này đã làm phương hại rất nhiều người. Hơn một triệu người phải vào những trại cải tạo và trong số đó có cả chục ngàn người bị giữ cho đến cuối thập niên 80. Ngoài ra, tài liệu gần đây nhất ước liệu khoảng một triệu rưỡi người đã bị đẩy đi sống ở những vùng kinh tế mới mà phần lớn là dân thành phố với rất ít kinh nghiệm về canh nông và trồng trọt.

Trước sự lên án của cả thế giới về chính sách bất nhân này, chế độ mới bào chữa là đi cải tạo và đi vùng kinh tế mới là một sự cần thiết để đương đầu với vấn đề đe dọa an ninh gây ra bởi thế lực thù địch trước kia và đồng thời cũng để giải quyết những nhu cầu to lớn của một nước sau chiến tranh. Tuy nhiên có rất nhiều người đã bị giam cầm mà không bao giờ nhận được bản án hoặc bị khởi tố. Thêm vào đó, điều kiện sống trong các trại cải tạo rất là khắc nghiệt. Thiếu từ thức ăn và việc chăm sóc sức khỏe, thêm vào đó còn phải làm lao động cực khổ. Ngoài ra, cách đối xử tàn bạo trong vấn đề kỷ luật đã khiến hàng chục ngàn người bỏ mình trong các trại đó. Dù nhà nước muốn biện minh thế nào chăng nữa cho những chính sách này, những người đã sống qua những trại tù và những vùng kinh tế mới đều biết chắc chắn rằng đây là một hình phạt rõ rệt cho dân quân chính miền Nam chứ không phải một chương trình cải tạo hay kiến thiết quốc gia.

Trong thời kỳ hậu chiến, một số lớn người dân đã mất mát rất nhiều. Sự sung túc và đầy đủ trước kia biến thành sự nghèo khó và túng quẫn ngày nay. Quyền tự do kinh doanh bị thay thế bởi chính sách tập thể và sự kiểm soát chính trị chặt chẽ làm mất đi tự do cá nhân. Việc đàn áp và kỳ thị người của chế độ cũ diễn ra khắp nơi. Trong bối cảnh đó, nhiều người miền Nam đi đến kết luận là tình trạng này sẽ ngày càng bi đát hơn. Vì thế họ đã quyết định bỏ nước ra đi. Họ đã dùng bất cứ phương tiện nào để đi. Làn sóng tị nạn bắt đầu với 21,000 người năm 1977. Con số này tăng lên năm lần năm 1978, tức là hơn 100 ngàn người. Dòng suối nhỏ của những người tị nạn ra đi lúc Sài Gòn thất thủ đã trở thành một dòng thác. Tình trạng này ngày càng tệ hơn. Chẳng bao lâu, những diễn biến chính trị trong vùng đã đưa đến một "cơn bão".

Làn sóng người di tản vào tháng 4 năm 1975
(Hình: Internet)

Cuối năm 1978, quân đội Việt Nam tràn sang Cam Bốt, (đổi tên thành Kampuchia), lật đổ Pol Pot và chế độ Khmer đỏ. Sự thất trận của ông này đã chấm dứt cảnh sát hại tập thể của hàng vạn người và tạo cơ hội cho hàng ngàn người Cam Bốt trốn sang Thái Lan bằng đường bộ. Cuộc xâm lăng của Việt Nam làm việc bang giao với Trung Quốc trở nên căng thẳng hơn vì Trung Quốc là nước đỡ đầu chính của Pol Pot. Để trả đũa, Trung Quốc ào ạt xua quân vào Việt Nam tháng 2 năm 1979. Cuộc xung đột tuy ngắn nhưng khốc liệt đã diễn ra ở biên giới Việt Trung.

Nước Lào, nước láng giềng của Việt Nam, cũng trải qua những biến cố tương tự. Cuộc chiến thắng của cộng sản Lào (Pathet Lào) với sự trợ giúp của Bắc Việt đã dẹp tan chế độ vương quốc năm 1975. Những nỗ lực của chế độ mới trong việc củng cố lại nước Lào theo đường lối cộng sản đã gây ra nhiều bất an nơi người dân và làm tăng sự nghèo khó. Đã có rất nhiều người Hmong, dân tộc thiểu số ở vùng cao nguyên, những người đã từng chiến đấu bên cạnh người Mỹ, bỏ nước ra đi sau khi cộng sản chiến thắng. Cuối năm 1978 đã có những dấu hiệu cho thấy dân Lào ở vùng đồng bằng cũng tìm cách lánh nạn sang Thái Lan.

Làn sóng di tản sau ngày 30 tháng 4
(Hình: Internet)

Một hậu quả tai hại của cuộc xung đột Việt - Trung là áp lực ngày càng tăng trên số người

Hoa Kiều sống ở Việt Nam. Những người Hoa này đã bị gán vào thành phần "tư sản mại bản" vì đường hướng kinh tế của họ và cũng bị coi như là "đạo quân thứ năm" sẵn sàng giúp nước láng giềng "vĩ đại" của Việt Nam. Rất nhiều người Hoa đã bị "đánh" tơi tả bởi chính sách tiếp thu tư sản của Hà Nội vào đầu năm 1978. Sự kỳ thị người Hoa ngày càng tăng. Không chỉ Hoa kiều trong Nam bị kỳ thị, cuối năm 1979, gần một phần tư triệu người Việt gốc Hoa đã phải trốn khỏi miền Bắc để chạy sang Tàu. Đa số là người Hoa sống ở miền Bắc.

Những xáo trộn, đàn áp, chiến tranh, và những mất mát to lớn, cộng chung lại thành những nguyên do thúc đẩy hàng vạn người dân vùng Đông Nam Á ra đi. Đó là hy vọng duy nhất cuả họ. Nhà nước Việt Nam đã quyết định không tìm cách ngăn cản những cuộc ra đi đại quy mô và đã hưởng lợi trong vụ này. Mùa hè năm 1979, dân chúng rầm rộ bỏ đi bằng mọi phương tiện.

Dưới con mắt của thế giới, bi kịch con người của những năm 1978-79 tiêu biểu là thảm kịch thuyền nhân: những người tị nạn ở mọi lứa tuổi chen chúc nhau trên những chiếc thuyền mong manh một cách thật can đảm – và đôi khi tuyệt vọng – liều thân hy sinh mọi thứ ra đi với nơi đến không có gì là chắc chắn. Hình ảnh can trường đó được thấy thường xuyên trên truyền hình và báo chí. Hơn 300,000 người Việt bỏ nước ra đi bằng đường biển từ năm 1975 đến năm 1979. Trong khi làn sóng thuyền nhân gây sự chú ý toàn cầu thì có một số đáng kể cũng liều thân đi đường bộ qua Thái Lan không ngại hiểm nguy và chết chóc. Cả toàn vùng như cháy bỏng sôi sục vì hàng vạn người tìm cách thoát đi trong những điều kiện khó chấp nhận: người Cam Bốt trốn cánh đồng tử địa; người Lào từ vùng cao nguyên và vùng đồng bằng; người Việt, cả từ miền Nam và miền Bắc, và người Hoa kiều ở Việt Nam, tất cả đóng góp vào làn sóng di cư làm xáo trộn cả chục nước Á Châu và vùng Thái Bình Dương.

Đáp ứng của những nước trong vùng

Những nơi xa nhất của một số người liều lĩnh ra đi bằng máy bay cũng chỉ là Nam Hàn hay Úc Châu, qua những chặng đường dài với những phương tiện rất giới hạn. Tuy nhiên địa hình cho thấy là hơn 95% người bỏ xứ sẽ xin lánh nạn ở các nước láng giềng. Thái Lan, vì thế, là nước bị chiếu cố một cách đặc biệt; đây là nước không cộng sản, chung biên giới với Lào và Campuchia và cũng là nơi có thể đến dễ dàng cho những người trốn đi bằng đường bộ. Trong khi đó, Mã Lai, Nam Dương và Singapore về phía nam, Phi Luật Tân về phía đông, và Hồng Kông về phía bắc, là những nước chứng kiến sự cập bến của cả ngàn người mà phần lớn bỏ nước ra đi trong những hoàn cảnh thương tâm.

Khoảng thời gian ngay sau ngày 30/4/1975, số người tìm đường ra đi tương đối ít và họ vượt qua được mọi khó khăn để làm lại cuộc đời nơi đất mới trong vùng Đông Nam Á hay xa hơn. Vào khoảng năm 1978 sự kiên nhẫn và sự giúp đỡ của các nước chấp nhận thuyền nhân ngày càng giảm. Trước những đòi hỏi lớn của những làn sóng tị nạn ngày càng gia tăng, sức ép đè nặng trên tài nguyên ngày càng hạn hẹp của những nước đón nhận thuyền nhân. Chính quyền của các nước này, dựa trên tầm nhìn của họ, đã áp dụng những biện pháp cứng rắn để đối phó với những người xin tị nạn. Làn sóng di tản ngày càng tăng và đã có nhiều triệu chứng là những làn sóng này sẽ trở thành một cơn đại hồng thủy. Việc định cư ở những nước ngoài vùng rất chậm và có giới hạn. Sự giúp đỡ nhân bản quốc tế cũng không được thỏa đáng trước một vấn đề ngày càng lớn.

Sức mạnh ngày càng tăng của Việt Nam – với một quân đội hùng hậu và có hiệu quả nhất trong vùng, cùng với ý chí sẵn sàng sử dụng quân đội này – khiến những nước lân bang dè dặt. Ở nhiều nước, làn sóng di dân đe dọa sự yên ổn trong cuộc sống chung giữa các cộng đồng chủng tộc với văn hóa khác nhau, nhất là ở Singapore và Hồng Kông, nơi mà mật độ dân số rất cao và có khả năng đón nhận giới hạn.

Mỗi chính phủ có những lý do và đường hướng riêng của mình. Trong việc đương đầu với vấn đề tị nạn của thuyền nhân, các nước lân cận trong vùng đã bắt đầu lên tiếng cảnh báo về tình trạng này và về khả năng giúp đỡ giới hạn của họ. Họ kêu gọi cộng đồng thế giới can thiệp.

Mùa hè năm 1978, sự bực tức và sự mất kiên nhẫn của những nước này đã lên đến cao điểm. Những người tị nạn, dù cho họ đến bằng thuyền hay đường bộ, đều bị coi là có thể đe dọa đến an ninh các quốc gia tiếp nhận. Người tị nạn bị dồn vào các trại tập trung thiếu thốn về mọi phương diện. Họ không làm được gì khác hơn ngoài việc chờ đợi người khác quyết định về thân phận của họ. Những người tị nạn bắt đầu mất niềm tin về sự may mắn của họ. Singapore đã bắt đầu từ khước không cho thuyền nhân vào đất liền, trừ phi họ có bảo lãnh sẽ được định cư nơi khác trong vòng 90 ngày. Hai nước Mã Lai và Thái Lan quyết tâm đẩy lui những làn sóng thuyền nhân bằng cách kéo thuyền của họ ra khơi để cho những người này không cập bến được. Một số nước đã dùng biện pháp khác. Ngoài khơi, họ dùng thuyền tuần tra để chặn đường những chiếc thuyền bé nhỏ của thuyền nhân, cung cấp nước và xăng dầu, và yêu cầu những người này tiếp tục đi chỗ khác. Họ ngăn cản không cho những người này lên bờ. Những người đi đường bộ cũng gặp khó khăn. Mặc dù chính phủ Thái Lan không ngăn cấm họ vào nước Thái, những người vào được thì bị "giam" ở những trại tị nạn dọc biên giới và họ chỉ được cung cấp những điều kiện an sinh và dịch vụ y tế ở mức tối thiểu.

Vụ tàu Hải Hồng

Tình cảnh của những người tị nạn ở trên tàu Hải Hồng đã được cả thế giới chú ý và bi kịch này đã trở thành chủ đề của các chương trình nghị sự quốc tế. Lý do là chiếc tàu này cũ rỉ nát và đã bị phế thải trước đó. Ngày 9/11/1978, với khoảng 2,500 người trên tầu, tàu Hải Hồng thả neo ở cảng Port Klang của Mã Lai và xin phép chính phủ Mã Lai cho hành khách của họ được lên đất liền. Sợ việc cho phép lên bộ này sẽ thu hút thêm thuyền nhân khác, chính phủ Mã Lai từ chối. Nhưng tàu Hải Hồng không chịu nhổ neo. Trong lúc hai bên tiếp tục giữ vững lập trường của mình, Mã Lai tiếp tục từ chối viện lẽ là những người trên tàu không có tư cách là người tị nạn vì họ đã mua vé để lên tàu rời khỏi Việt Nam. Họ hăm dọa sẽ kéo tàu Hải Hồng ra khơi.

Tình cảnh của những hành khách tuyệt vọng trên tàu này đã gây sự chú ý của báo chí và các cơ quan truyền thông trên khắp thế giới. Những tấm hình chụp một biểu ngữ treo trên tàu, có hàng chữ "xin hãy cứu chúng tôi" bằng tiếng Anh, được các hãng truyền thông lớn truyền đi.

Tàu Hải Hồng
(*Hình: Internet*)

Do đó câu chuyện tàu Hải Hồng được kể lại khắp nơi. Với số người chen chúc đông đảo, điều kiện sinh sống trên tàu ngày càng tệ hơn. Những người này có thể chết chìm nếu chiếc tàu bị kéo ra khơi. Vụ tàu Hải Hồng trở thành một vấn đề lớn ở Đông Nam Á. Đây là lần đầu tiên từ khi chiến tranh Việt Nam chấm dứt, vấn đề người tị nạn cho thấy bộ mặt nhân bản của con người.

Xúc động trước hoàn cảnh khó khăn của vụ này, nhiều quốc gia đã lên tiếng kêu gọi sự giúp đỡ của cộng đồng quốc tế. Với sự đóng góp của Canada, những người trên tàu đã bắt đầu thấy có tia hy vọng. Ngày 18/11, chính phủ Canada đồng ý bảo lãnh 600 người trên tàu Hải Hồng để họ được định cư tại Canada. Ông Ian Hamilton, một viên chức cao cấp của Bộ Di Trú Canada và có mặt trong vùng vào những năm 1978-79, vẫn còn nhớ rành rọt thảm cảnh thuyền nhân tàu Hải Hồng.

Vì các viên chức Mã Lai tiếp tục cấm những người trên tàu lên bờ, ông Hamilton và nhóm nhân viên của ông đã làm việc từ trên một chiếc tàu chiến nhỏ của Mã Lai. Từng nhóm nhỏ thuyền nhân được phép đưa sang từ tàu Hải Hồng để được cứu xét. Những nhân viên Canada này là những người biết trước nhất về tình cảnh của những hành khách tàu Hải Hồng qua công việc cứu xét của họ. Giữa những khổ đau tinh thần vật vã và thiếu thốn vật chất to tát, những tia hy vọng mong manh bắt đầu nhen nhúm.

Tàu Hải Hồng
(*Hình: Internet*)

Nhận thức được khá sớm là trước sau mình cũng cần một người phụ tá biết nói nhiều thứ tiếng, ông Hamilton đã tự phỏng vấn ngay những người đầu tiên đến từ tàu Hải Hồng. Có một người đi có một mình và lộ vẻ lo âu không biết những người khác trong gia đình đang thất lạc ở đâu vì họ đã đi vượt biên trước ông. Tên họ của ông là Lưu. Ông Hamilton nhớ lại là vài tuần lễ trước đó, trên một chiếc tàu chở hàng bị giữ tại Indonesia, ông đã chấp nhận cho vào định cư ở Canada một gia đình cũng có tên họ là Lưu gồm có một người đàn bà và nhiều trẻ con. Ông lấy từ trong cặp ra hình của những người được chọn để đưa cho ông Lưu xem. Ông này ngạc nhiên khám phá ra là gia đình của mình sống sót và đã được chấp thuận định cư ở Canada. Chính ông cũng sẽ được đoàn tụ với gia đình. Ông Lưu xúc động đã không nói ra lời nào mặc dầu ông biết nói bốn ngôn ngữ.

Giữ vững lời cam kết của mình và quan tâm đến những nhu cầu cấp bách của người tị nạn, chính phủ Canada gửi nhiều toán quân y và máy bay để chở những người này đến Canada. Bác sĩ Stephen Blizzard, vị y sĩ trưởng lúc bấy giờ ở căn cứ quân đội Canada ở North Bay, kể lại là lúc ông đang đọc tin tức về thuyền nhân thì được vị chỉ huy trưởng gọi lên văn phòng để hỏi ông có muốn tham gia vào "chiến dịch Magnet", tên mà quân đội Canada đặt cho chiến dịch cứu trợ này. Mười sáu ngày sau đó, sau một cuộc hành trình dài hơn 30,000 cây số, bác sĩ Blizzard quay lại Canada sau khi làm xong sứ mạng đưa 604 thuyền nhân đến Canada an toàn. Ông cũng biết rằng, nếu sự tranh chấp kéo dài hơn, hậu quả mà những người tị nạn phải gánh chịu sẽ to tát hơn. Đói, khát và sự kiệt sức đã bắt đầu làm yếu đi sức chịu đựng của những thuyền nhân này. Mặc dù gặp rất nhiều khó khăn họ không bao giờ lên tiếng trách móc buộc tội hay than vãn; ngược lại họ luôn giữ kỷ luật và tỏ lòng biết ơn trên chuyến bay dài hai ngày đến Canada.

Dần dà, những nước có khả năng nhận di dân bắt đầu theo gót Canada. Trong một thời gian ngắn, thuyền nhân của tàu Hải Hồng tìm được nếp sống mới ở những nước thật xa ngoài vùng Đông Nam Á. Cuộc tranh chấp đã được giải quyết. Bi kịch ngắn này ghi lại một điểm son, một nấc thang trong cuộc khủng hoảng rộng lớn ở vùng Đông Nam Á. Đấy là một thí dụ điển hình cho thấy là những nước tham gia vào việc cứu người tị nạn tạm thời, Cao Ủy Tị Nạn Liên Hiệp Quốc, các hội đoàn quốc tế, và các nước tham gia vào việc định cư lâu dài của các thuyền nhân, có thể cộng tác với nhau hữu hiệu trong việc giải quyết và xoa dịu cuộc tranh đấu vất vả của thuyền nhân. Một sự thỏa thuận "ngầm", giữa những nước cho phép tị nạn trú ngụ tạm thời và những nước cho họ định cư vĩnh viễn, có thể hiểu là "một cửa sổ sẽ mở, nếu một bờ bến được mở trước".

Sự thành công này cũng rất khiêm nhường và không trọn vẹn. Trong những tháng đầu của năm 1979, cuộc di tản của người Việt người Lào và người Cam Bốt ngày càng trở nên lớn hơn. Vào mùa hè, mỗi tháng đã có từ 50 đến 60 ngàn người rời bỏ quê hương. Sự chống đối của chính phủ Mã Lai đối với người tị nạn ngày càng rõ rệt. Tháng sáu năm đó, một bộ trưởng cao cấp của họ đã công khai hăm dọa trục xuất tất cả thuyền nhân ra khỏi Mã Lai và sẽ ra lệnh bắn những thuyền nhân nào muốn cập bến. Theo thống kê, trong nửa năm đầu của năm 1979, số thuyền nhân bị tầu Mã Lai kéo ngược lại ra khơi lên đến 58,000 người.

Cảnh các ghe thuyền nhân trôi dạt vào đảo
(Hình: Gift of Freedom)

Cách hành xử của Mã Lai đối với thuyền nhân có lẽ đã bị báo chí quốc tế tường thuật và phê bình nhiều nhất. Nhiều nước khác trong vùng cũng hành xử như thế, từ việc không cho cập bến đến việc kéo tầu ra khơi lại. Những người đi bằng đường bộ cũng gặp những sự chống đối tương tự. Trong thời điểm đó, theo Cao Ủy Tị Nạn Liên Hiệp Quốc, họ chưa bao giờ phải chứng kiến cách xua đuổi tàn bạo như vậy. Quân đội Thái Lan bắt buộc hơn 42 ngàn người tị nạn

Cam Bốt rời khỏi các trại tị nạn ở vùng biên giới và đưa những người này đến vùng núi cao của thị trấn Preah Vihear ở Cam Bốt. Có hơn hàng trăm người, có thể cả ngàn người, trong số những người này bị chết vì đạp phải mìn được chôn ở vùng đó. Trước những khổ đau và làn sóng quá đông đảo của người tị nạn, việc giải quyết cấp bách của vụ tàu Hải Hồng được xem như là tiêu biểu mong manh cho chiếc thuyền của hy vọng.

Người tị nạn và thế giới

Vụ tàu Hải Hồng phơi bày ra trước ánh sáng công luận vấn đề "buôn người", một thảm kịch ghê tởm của loài người.

Chiếc tàu cũ nát này cập bến Mã Lai, không phải là chiếc đầu tiên và chắc cũng không phải là chiếc cuối cùng của những "chiếc tầu kiếm lợi nhuận" trên đầu thuyền nhân. Nói tóm tắt lại thì một nhóm người bất lương – đa số nằm ở Singapore và Hồng Kông – đã mua lại những chiếc tàu cũ nát và hối lộ các viên chức nhà nước Việt Nam để chuyên chở những người muốn ra đi nếu họ đủ sức mua một chỗ trên tàu với giá cắt cổ. Sau đó chỉ cần ra khơi, "đổ" số người trên tàu xuống bất cứ nước nào đó ở quanh vùng. Đây là lý do mà chính phủ Mã Lai dùng để xác định là những người trên tàu Hải Hồng không phải là những thuyền nhân thực thụ. Lý do này cũng được những nước lân cận dùng để không cho những tàu chở thuyền nhân cập bến. Nó được nhắc đến nhiều lần trong khi cuộc khủng hoảng ngày càng tăng.

Một số lớn thuyền nhân, đa số là người Việt gốc Hoa đã trốn thoát khỏi Việt Nam nhờ vào những chiếc tàu mục nát còn được gọi là những quan tài nổi. Sự cương quyết ra đi của họ cho thấy một nỗ lực và sự sẵn sàng hy sinh tất cả những gì đang có để thoát khỏi cảnh sống hiện tại. Một quan sát viên về ngành luật đã ghi nhận: "việc mà các thuyền nhân tị nạn trả tiền mua chỗ trên tàu cho chuyến đi của họ không làm phương hại đến quyền pháp lý thuyền nhân của họ"; lịch sử cho thấy con người đã trả tiền để thoát khỏi sự đàn áp qua rất nhiều thế kỷ và đồng thời cũng có những người đã lợi dụng hoàn cảnh này để làm giàu.

Có một điều cũng khá rõ là số người đi trốn bằng những chiếc tàu "làm tiền" đó không đông.

Việt Nam, Cam Bốt và Lào là những nước bị chiến tranh tàn phá và rất nghèo, nên không phải ai cũng đủ sức trả một số tiền lớn để mua được một chỗ trên những chiếc tàu đó. Từ năm 1975 cho đến mùa hè năm 1979, có hơn một triệu người của ba nước này bỏ nước ra đi. Vì vậy, số người đi được trên những con tàu "làm tiền" là một con số nhỏ, so với tổng số người ra đi.

Phần lớn người tị nạn luôn tìm đủ mọi cách để mang theo những gì quý giá, nhưng rất ít người mang theo được nhiều của cải tài vật của mình. Đa số ra đi với rất ít tài sản và đã tiêu dùng nhanh chóng hoặc bị tịch thu một cách vô nhân đạo. Khi hình ảnh trên tàu Hải Hồng gây chấn động trên thế giới, những hình ảnh này chưa phải là điển hình cho thảm cảnh thuyền nhân. Hình ảnh thật sự thương tâm là của những chiếc thuyền nhỏ mong manh lênh đênh trên biển cả mà trên đó đã có thật nhiều người liều mạng giao phó tính mạng của mình cho sóng nước đại dương mênh mông và bão táp của vùng biển Nam Hải.

Sự quan sát và ghi nhận này cũng khá chính xác với số thuyền nhân định cư tại Canada. Trong số 60 ngàn người đến nước này vào những năm 1979-1980, khoảng 75% được xem như là thuyền nhân đã ra đi bằng những chiếc thuyền nhỏ mong manh. Trong số còn lại, khoảng 24% đã trốn sang Thái Lan bằng đường bộ.

Cảnh thuyền nhân
(*Hình: Internet*)

Một cảnh những thuyền nhân ở Kuatan (Mã Lai) năm 1982
(*Hình: Dương Thanh Liêm*)

Phần lớn thuyền nhân đến từ những thành phần trong xã hội với trình độ học vấn tương đối khiêm nhường. Trên 90% cho biết là chỉ học xong trung học hoặc kém hơn. Số người có văn bằng hoặc nghề nghiệp cao trong các ngành như khoa học, kỹ thuật, giáo dục, y khoa và y tế chiếm khoảng 5% của tổng số. Gọi những người di tản là những người "tị nạn kinh tế" bỏ nước ra đi để tìm những nguồn lợi vật chất dồi dào hơn – một lập luận được nhà nước Việt Nam và đồng minh của họ lập đi lập lại – là vẽ lên một bức tranh biếm họa khá tàn nhẫn cho một thực tại khác biệt.

Trốn bằng đường bộ thường khó khăn và nguy hiểm. Trên dải đất trải dài từ Cam Bốt cho đến Lào, trật tự xã hội hầu như không còn nữa. Những kẻ có súng nắm vận mạng của thuyền nhân và đôi khi đã giết họ bằng vũ khí đó. Đối với một số người, đi trốn bằng máy bay đến Thái Lan không đau đớn bằng những khó khăn gặp phải sau đó. Nhà cầm quyền Thái Lan đối đãi với những người tị nạn một cách khó hiểu và không có chút nào thân thiện. Lúc mới đến, họ bị đưa vào những trại giam do Bộ Nội Vụ quản lý lúc đầu và sau này giao lại cho quân đội. Một số những trại giam này không phải là nơi tạm trú. Người ta kể lại là: "một khi bị đưa đến đây, người tị nạn thường bị lấy hết tiền và có những phụ nữ đã bị người gác trại hoặc ngay cả những người tị nạn khác hãm hiếp".

Những người đi bằng đường bộ gặp những thảm nạn ngày càng nhiều. Những người đi bằng thuyền thì cũng gặp những khó khăn to tát. Ngồi chật trong khoang thuyền mong manh, những người tị nạn liều lĩnh ra đi với hành trang và lương thực tối thiểu, rất ít bản đồ chỉ dẫn đi biển. Đa số chỉ có một kiến thức rất tổng quát về hướng mình phải đi. Một số ghe được tàu buôn lớn dừng lại vớt nhưng một số lớn không có được may mắn này.

Những thuyền gặp nạn không thể kêu gọi hay trông cậy vào sự giúp đỡ từ những vùng lân cận. Nhiều thuyền đã thành nạn nhân của những cơn bão lớn. Rồi phải kể đến nạn cướp biển đầy dẫy trong vùng này. Quân cướp lộng hành ngang nhiên không sợ sệt. Nhiều người nghĩ là phải có sự đồng lõa của chính quyền địa phương vì với họ quân cướp biển là một phương tiện và đồng thời là một giải pháp để đẩy thuyền nhân ra khỏi vùng biển của họ. Bọn cướp được thể tiếp tục tấn công các thuyền tị nạn. Chúng lấy đi của cải mà chúng lục soát được và đôi khi chúng tàn sát cả người trên thuyền. Chúng hãm hiếp đàn bà và các thiếu nữ. Một số phụ nữ bị chúng bắt đi. Một số thuyền bị tấn công nhiều lần đến độ máy tàu cũng bị lấy. Sau đó những thuyền này trôi lênh đênh bất lực trên biển cả. Tàu của hải quân Hoa Kỳ trong vùng đặt tên lóng cho những chiếc thuyền này là RPM (rape-hãm hiếp, pillage-cướp, murder-giết người). Đó là tấm bia mộ cho nhiều thuyền nhân từ Việt Nam ra đi.

Tuy nhiên không phải chỉ có cướp biển mới bạo hành. Mùa hè năm 1979, có tin một chiếc tàu xấu số chở đầy thuyền nhân chạy về hướng Phi Luật Tân bị mắc cạn vì bão tố trong vùng đảo Trường Sa do Việt Nam kiểm soát. Hải Quân Phi cho biết là họ đã nghe tiếng súng đại bác, súng cối, và súng đại liên từ trên bờ bắn ra. Trong số 93 người trên thuyền, chỉ có 8 người sống sót. Trong số 85 người bị trúng đạn hoặc chết đuối hơn một nửa là trẻ em.

Không ai biết rõ bao nhiêu thuyền nhân đã thiệt mạng. Một số người phỏng đoán là 1/3 hay một nửa đã gặp nạn. Căn cứ trên lời kể của những người sống sót, những giới chức quốc tế và quan sát của mình, ông Hamilton tin là 1/3 những người vượt biển đã chết trên biển cả. Ông Bộ Trưởng Di Trú của Úc Đại Lợi, năm 1979, nhắc đi nhắc lại là theo ông số tử vong là từ 100 ngàn đến 200 ngàn người trong bốn năm sau cùng thời điểm đó.

Một số khác ước lượng con số thấp hơn, khoảng 25%, vì họ dựa trên số tàu đến được Hồng Kông. Những tàu này đã gặp may mắn hơn là những tàu chọn đường khác. Một điều chắc chắn là hàng chục ngàn người ra đi đã thiệt mạng vì họ là nạn nhân của những cuộc phiêu lưu bất hạnh, của nạn thiếu lương thực hay sự ác độc của bọn bất lương.

Một cảnh thuyền nhân đến đảo
(*Hình: Internet*)

Dù họ có trốn đi bằng đường biển hay đường bộ, vào mùa hè năm 1979, người tị nạn đều chịu chung một số phận. Họ bị đàn áp ở quê hương, bị xâm phạm hay bị tàn sát trên đường trốn chạy, bị bạc đãi hay bị ở tù khi họ xin tá túc. Những người này là những kẻ thật "khốn khổ trên trái đất".

Những cơ quan truyền thông quốc tế là những công cụ đã nêu lên đầu tiên vấn đề này. Họ tiếp tục trình bày hoàn cảnh bi đát của người tị nạn trước lương tâm của thế giới bằng những câu chuyện đau lòng sống động của cái khổ mà người tị nạn phải trải qua và những hiểm nguy mà họ phải đương đầu vượt qua nhờ vào lòng can đảm và sự nhẫn nhục. Sự bành trướng không ngừng của thảm kịch này xuất hiện ngày càng nhiều trên màn ảnh truyền hình và trên báo chí của các nước Tây Phương. Một số chính phủ đã bắt đầu đối phó với vấn đề này và những câu chuyện thật thương tâm được tường trình ở khắp các nước tân tiến rõ ràng đã thúc đẩy nỗ lực của họ.

Thêm vào đó, hoàn cảnh chính trị ở Việt Nam không thuận lợi và ký ức về chiến tranh vẫn chưa phai. Nhà cầm quyền Việt Nam bị kết án là đã lợi dụng những người tị nạn cho mục đích chính trị và biến những người này thành một món xuất cảng có lợi nhuận. Đồng thời họ cũng đang tâm làm lung lay những nước láng giềng không theo cộng sản, phá hoại các chính phủ này và làm hại đến sự tiến triển của các nước trong vùng. Việt Nam phủ nhận tất cả những điều buộc tội này và phản kháng là họ bị vu khống, bất kể họ làm gì – từ ngăn chặn dân chúng ra đi rồi sau đó lại quyết định cho phép đi nếu những người này muốn đi.

Trong khi các cuộc đàm phán chính trị vẫn diễn biến, hoàn cảnh của những người tị nạn ngày càng đen tối hơn. Những nhân vật có thế lực ở Tây Phương lên tiếng kêu gọi chính phủ của họ phải giải quyết cuộc khủng khoảng nhân đạo ngày càng khẩn trương này. Như nhà triết lý học người Pháp – Jean Paul Sartre – một người không ủng hộ chính sách của Hoa Kỳ ở Đông Nam Á đã trình bầy trong lời kêu gọi của ông với chính phủ Pháp: "Tuy một số người tị nạn không phải luôn luôn theo phe ta nhưng trong lúc này chúng ta không nên bàn đến chính trị mà phải ưu tiên tìm cách cứu mạng sống của họ. Đây là một vấn đề luân lý giữa con người với nhau".

Động cơ thúc đẩy hành động quốc tế là lúc năm hay sáu nước trong vùng chấp nhận một chính sách chung. Vào cuối tháng sáu năm 1979, các nước Indonesia, Malaysia, Philippines, Singapore, và Thái Lan cho ra một thông cáo chung cảnh cáo rằng "sự kiên nhẫn của họ đã đạt giới hạn và họ quyết định sẽ không nhận người tị nạn mới tới nữa". Một tháng sau đó, UNHCR bèn triệu tập một buổi họp để ngăn chặn hoàn cảnh đen tối này suy sụp thêm. Có 65 nước tham dự và đây là lần đầu tiên một chính sách đáp ứng quốc tế có phối hợp bắt đầu thành hình.

Bà Flora MacDonald đã cho biết là hai ngày trước buổi họp trên, Canada đã tuyên bố sẽ tăng thêm một cách đáng kể số người tị nạn được nhận. Các nước khác cũng theo liền sau đó. Số người được định cư trên thế giới tăng hơn gấp đôi. Việt Nam quyết định cấm những người ra đi bất hợp pháp và tổ chức các chương trình xuất ngoại có thứ tự hơn. Những nước láng giềng từ bỏ những lời tuyên bố chống người tị nạn. Một số nước hứa sẽ cải tiến thủ tục hành chính về đơn xin tị nạn. UNHCR cũng tăng thêm ngân sách chi tiêu cho những nhu cầu cấp bách của người tị nạn sau khi họ đã đến nơi an toàn.

Mặc dù hội nghị Geneva ngày 20-21 tháng 7 năm 1979 không giải quyết xong vấn đề người tị nạn ở vùng Đông Nam Á, hội nghị này đã đặt ra căn bản để giải quyết những gì xảy ra trong giai đoạn 1978-1979 của cuộc khủng hoảng.

Vấn đề tị nạn còn nằm trong chương trình nghị sự quốc tế trong nhiều năm và đã biến đổi theo chiều hướng bất ngờ. Số người ra đi một cách đột ngột vào cuối thập niên 1980 đã đưa đến hội nghị ở Geneva lần thứ hai vào năm 1989. Theo lời UNHCR, kế hoạch hành động toàn diện được chấp nhận trong lần họp này cũng như những phát triển chính trị và kinh tế trong vùng Đông Nam Á đã dần dà đưa cuộc khủng hoảng đến hồi kết thúc một cách tương đối nhân đạo.

Trên đây chúng ta đã thấy tầm quan trọng của phong trào tị nạn và hậu quả tiếp tục vang dội khắp hoàn cầu. Từ năm 1975 đến năm 1997, gần hai triệu người Việt, Lào và Campuchia đã định cư ngoài quê quán của họ đặc biệt là ở Bắc Mỹ, Tây Âu và Úc Châu.

Bằng cách nào một cộng đồng địa phương Canada đã đáp ứng với thách thức luân lý, chính trị và thực tế, trong giai đoạn 1978-79 của cuộc khủng hoảng là đề tài chính trong những trang tiếp theo đây.

Chương 3
Dự án 4000 (khởi thủy)

"...Sẽ không bao giờ có sự thanh thản và vui sướng cho tôi cho đến khi bạn cũng được như vậy"...

Frederick Buechner

Bối cảnh của Canada

Canada nhận hơn 10% trong số 2 triệu người Việt Nam, Campuchia và Lào định cư từ năm 1975 đến năm 1987. Từ năm 1975 đến năm 1980, với 24 triệu dân, Canada đã nhận 74,000 người tị nạn đến định cư và đạt được tỉ lệ người tị nạn trên tổng số dân cao nhất trong các nước Tây Phương. Như đã ghi trước đây, thành tích trên đã giúp dân tộc Canada đoạt được huy chương Nansen của Cao Ủy Tị Nạn Liên Hiệp Quốc – UNHCR. Đây là lần đầu tiên một quốc gia được vinh danh như vậy.

Giá trị cơ bản về quyền con người thay vì quyền lợi quốc gia đã khiến Canada đáp ứng nhanh chóng cho cuộc khủng hoảng này. Chúng ta đã không tham chiến ở Việt Nam (theo lập trường của đa số dân chúng); liên hệ về thương mại đầu tư hoặc văn hóa với vùng Đông Nam Á rất nhỏ hoặc không có; thêm vào đó những người dân Canada nguyên quán từ Đông Nam Á rất ít. Hơn nữa, quan điểm thông thường trên vấn đề này còn nhiều mâu thuẫn. Thái độ chống người di dân tăng hay giảm tùy theo sức mạnh của thành tích mà Canada đạt được trên phương diện kinh tế.

Mặc dù lợi ích hiển nhiên rất ít nhưng giá trị cơ bản của quốc gia đã thúc đẩy Canada hành động và chấp nhận cho những người đang gặp hiểm nguy vào định cư và hội nhập vào xã hội của mình vẫn là những chính sách được đa số ủng hộ. Từ sau Thế Chiến Thứ Hai, ngoài nhóm người di dân theo truyền thống, Canada đã chấp nhận một số lớn người tị nạn từ Hung Gia Lợi, người gốc Á Châu từ Uganda, người từ Chile, Lebanon và một số từ các nơi khác. Sự khổ sở của những người bị kẹt trong vụ khủng hoảng về nhân đạo này từ bên kia vòng trái đất đã gây xúc động nơi người dân Canada bình thường.

Ngoài ra đã có một số thay đổi nhỏ nhưng quan trọng và ít được biết đến trong luật di trú của Canada, vài ngày trước khi cuộc khủng hoảng ở Đông Nam Á làm chấn động thế giới.

Trước khi đạo luật về Di Trú - Immigration Act - được ban hành năm 1978, những làn sóng tị nạn mặc dù lớn lao chỉ được coi là những sự kiện bất thường và được giải quyết qua sự kết hợp một số biện pháp chính trị đặc biệt và các biện pháp hành chánh. Đạo luật mới lần đầu tiên coi những người tị nạn đủ tiêu chuẩn quốc tế như một loại di dân đặc biệt và phải được giải quyết nhanh chóng hơn. Chính phủ có thể cho một vài nhóm không đủ điều kiện nhập cư vì lý do nhân đạo. Luật này cũng mở rộng cơ sở cho các nhóm tư nhân và các hội đoàn bảo lãnh người tị nạn. Từ đó nền tảng pháp lý và hành chánh đã sẵn sàng hiện hữu khi Canada muốn chuyển những ý định tốt thành sự giúp đỡ cụ thể. Mặc dù hoàn cảnh bi đát của người tị nạn đã được ghi trên các chương trình nghị sự quốc tế từ lâu nhưng những bài tường trình sâu rộng của báo chí đã nâng tầm vóc của vấn đề này trên đường lối chính phủ và dân chúng đã thúc đẩy các giới chức phải hành động nhanh chóng. Giới truyền thông cũng cung cấp tin tức cho người dân và các hội đoàn. Họ là những công cụ quan trọng để động viên và củng cố lập trường của những cá thể này. Những nỗ lực của họ sẽ vô dụng, nếu hoàn cảnh của người tị nạn không làm xúc động các nhà lãnh đạo tinh thần ở khắp nơi.

Chính sách của Canada phát triển tùy theo sự diễn biến của cuộc khủng hoảng. Tháng 12 năm 1978, ngay sau vụ tàu Hải Hồng xảy ra, Canada tuyên bố sẽ nhận khoảng 5,000 người từ Đông Nam Á như đã dự định trong chương trình nhận người tị nạn toàn cầu của họ. Cuộc bầu cử của chính phủ liên bang mới do ông Joe Clark làm thủ lĩnh và sự suy sụp nhanh chóng của tình hình trong vùng đã thúc đẩy Canada xét lại quyết định trước đó. Vài ngày sau khi chính phủ mới nhận chức vào tháng 6 năm 1979, mục tiêu được tăng lên là 7,000 người, rồi 8,000.

Sau buổi họp thượng đỉnh của nhóm 7 quốc gia ở Tokyo, và như bà Flora MacDonald đã trình bầy, Canada lại xét lại mục tiêu một lần nữa. Ngày 18/7, chính phủ Clark tuyên bố sẽ nhận tới 50,000 người tị nạn định cư trước cuối năm 1980, tức là con số đầu tiên đã được tăng lên sáu lần. Đến tháng 4 năm 1980, mục tiêu trên lại được nâng lên 60,000 người.

Chính sách can đảm của chính phủ Clark đáng được tán dương. Ngay quyết định tăng mục tiêu lên 50,000 đã vượt qua sự mong đợi của cả những người tranh đấu mạnh nhất. Nếu như chính phủ muốn Canada đứng bên lề cuộc khủng hoảng, họ đã làm vui lòng 50% dân số như đã thấy trong cuộc thăm dò ý kiến hồi tháng 2 năm 1979. Ngược lại ngân quỹ liên bang đã được cung cấp nhanh chóng để đạt mục tiêu mới. Nhiều thỏa thuận được thành hình với các tỉnh bang và các hội đoàn và nhiều cá nhân đã hăng hái đứng ra tự giúp đỡ người tị nạn. Chính sách của chính phủ đã dựa trên ý muốn mạnh mẽ của người dân. Theo lời trình bầy của bà Flora MacDonald, Dự án 4000 đã được thực hiện ở ngay thành phố mà chính sách của chính phủ đã được đúc kết. Những dự án song song ở nơi khác cũng rất hữu ích trong vấn đề thuyết phục những người tiêu cực và các tỉnh bang vẫn còn do dự.

Ngoài sự kêu gọi hành động của công chúng là sự sẵn sàng đáng phục của rất nhiều người dân muốn đóng góp. Cuối năm 1980, có hơn 7,600 nhóm bảo lãnh tư nhân ở khắp nơi và họ đã giúp định cư hơn 34,000 người trong khắp mọi tỉnh bang và vùng đất mới.

Tuy bối cảnh và động lực của những người hoạt động rất khác nhau, mọi người thấy đã có một số mẫu số chung. Các cộng đồng tôn giáo dẫn đầu các dự án bảo lãnh tư nhân (65%). Bốn giáo phái Ki Tô cộng lại (Catholic, Mennonite, Christian Reformed và United Church) đã dành gần một nửa. Những người theo đạo Do Thái đã hành động một cách gương mẫu, từ cương vị cá nhân đến hội đoàn. Cộng đồng của họ, ở khắp Canada, rất tích cực trong các tổ chức giúp người tị nạn và đã bảo lãnh một số đáng kể. Những tổ chức người Canada, gốc Trung Hoa và Việt Nam, cũng như một số các cộng đồng khác đã huy động nhau một cách nhanh chóng và có hiệu quả. Những truyền thống tinh thần và tôn giáo cũng như những ký ức về đàn áp và phân chia chủng tộc trong quá khứ đều làm xúc động người dân Canada và thúc đẩy họ hành động mặc dù đa số ít có liên hệ với người tị nạn.

Trong khi sự bộc lộ về lòng nhân ái và ý nguyện muốn ủng hộ rất rõ ràng và sâu xa, những thiện cảm này sẽ tiêu tan đi nếu không có phương tiện để khai thác và nuôi dưỡng thiện cảm ấy. Khắp Canada, nhiều cá nhân đã đứng ra lãnh đạo. Tại thành phố Ottawa, có một nhân vật đã vượt qua những người khác để nắm lấy cơ hội mà thực hiện ước mong của mọi người. Đó là bà Marion Dewar, Đô Trưởng thứ 52 của thành phố này.

Đô Trưởng Marion Dewar

Cố Đô Trưởng Marion Dewar
(*Hình: OCISO*)

Vài ngày nghỉ từng mong đợi, một cuối tuần mưa ở vùng Laurentides và một máy truyền hình với hình ảnh được chiếu đi chiếu lại ở trong phòng, tất cả đã giữ một vai trò trong nguồn gốc của Dự án 4000.

Vào tháng 6 năm 1979, bà Marion và chồng bà, ông Ken, rời Ottawa để đi nghỉ cuối tuần ở một khách sạn vùng Laurentides cách thành phố vài giờ xe. Cả hai người đã chuẩn bị cho chuyến đi này từ vài tháng trước nhưng mỗi lần họ định đi thì lại phải hoãn lại vì một trong hai người phải bận làm một công việc gì đó ở thủ đô. Sau cùng thì họ cũng đi chơi được nhưng trời đã mưa cả cuối tuần đó.

Để giết thì giờ, ông bà Dewar đã chơi bài với một cặp vợ chồng khác ở cùng khách sạn. Họ có mở máy truyền hình để giải trí giữa những ván bài. Trong lúc thời gian trôi đi thì cả bốn người đều bị lôi cuốn vào những hình ảnh trên đài truyền hình tường thuật thảm cảnh đang diễn ra ở bên kia vòng trái đất. Trên đường về, bà Marion và ông Ken chỉ bàn về chuyện ấy. Vấn đề thật to tát và sự bất hạnh của người tị nạn rất đáng thương. Hình ảnh những con tàu bị đẩy ra biển trở lại mặc dầu tàu đã đến gần bờ cho thấy sự tàn ác đến độ cùng cực. Cả hai người cảm thấy cuộc khủng hoảng này là một sỉ nhục đối với giá trị nhân bản của họ. Câu hỏi được đặt ra là: "mình có thể làm được gì ?"

Trong nhiều ngày sau đó, ông bà Dewar thảo luận vấn đề khủng hoảng thuyền nhân với một số bạn thân cũng là những người theo Cơ Đốc giáo tích cực như họ. Mọi người đều ái ngại trước hoàn cảnh thương tâm này và đa số chưa nghĩ ra cách nào để giúp đỡ cụ thể những người này. Bị ám ảnh bởi những hình ảnh khốn cùng, bà Đô Trưởng đã mời một số lãnh đạo tôn giáo và cộng đồng tới họp riêng ở tòa thị sảnh, cùng với ông Bộ Trưởng Bộ Di Trú Liên Bang. Vào lúc cuối, ông này đã cử một công chức cao cấp trong bộ của ông làm đại diện dự buổi họp này vì ông không thể tham gia được.

Buổi họp trên diễn ra ngày 27 tháng 6. Ông Lê Duy Cấn, chủ tịch cộng đồng Việt Nam, đã có mặt. Ông Cấn đã được học bổng du học tại Canada năm 1963 và ông đã có được hai bằng cao học và một bằng tiến sĩ trước khi trở thành công chức liên bang như một kinh tế gia. Khi cuộc khủng hoảng ở Đông Nam Á ngày càng trầm trọng hơn, ông đã gắn bó nhiều hơn với cộng đồng bé nhỏ của người Việt sinh sống tại Ottawa. Ông nhớ lại là ông rất khâm phục sự góp mặt của nhiều nhóm hội đoàn tại buổi họp cũng như sự hăng hái muốn giúp đỡ một cách cụ thể các thuyền nhân. Và ông cũng rất khâm phục bà Đô Trưởng. Trong lời trình bầy của ông, ông đã khẳng định rằng sự lãnh đạo chính trị của bà Dewar chính là yếu tố quan trọng thúc đẩy hành động của chính phủ Canada.

Trong buổi họp, trừ người đại diện ông Bộ Trưởng, các người khác đều nhanh chóng lên tiếng chỉ trích những gì chính phủ liên bang đang làm là không đủ. Trước sự chỉ trích này, người đại diện đã trả lời là Canada có đóng góp khá nhiều rồi. Mục tiêu cho năm 1979 được tăng lên là 8,000 người và trong 6 tháng đầu năm ấy 4,000 người đã được chọn. Trước khoảng cách quan trọng về con số này mà giới truyền thông cũng đã nhận thấy trong cuộc khủng hoảng và thêm vào lời tuyên bố của người đại diện, bà Marion Dewar quyết định đề nghị thành phố Ottawa sẽ nhận 4,000 người này. Và theo bà, việc hội nhập vài ngàn người vào một thành phố có hơn 300,000 dân sẽ là một chuyện không khó lắm.

Đề nghị trên đã được đưa ra một cách tự nhiên nói lên sự không hài lòng về mục tiêu khiêm tốn của chính phủ. Sau đó, buổi thảo luận đề cập đến những khía cạnh khác của vấn đề trước khi chấm dứt. Tuy nhiên buổi trao đổi này đã làm sáng tỏ ý tưởng của bà Đô Trưởng thành một kế hoạch rõ ràng. Dự án 4000, tức là lời cam kết sẽ nhận một số lớn người tị nạn từ vùng Đông Nam Á định cư tại Ottawa, vừa thành hình.

Trong khi duyệt lại các sự kiện với ban cố vấn của mình, bà Dewar nhanh chóng đi đến hai kết luận. Trước tiên là cần sự chấp thuận khẩn cấp của Hội Đồng Thành Phố Ottawa. Bà bèn tham khảo ý kiến một số nghị viên và dàn xếp để vấn đề này được đưa ra bàn cãi ở buổi họp sắp đến của hội đồng vào ngày 4 tháng 7. Sau đó là cần phải tham khảo ý kiến dân chúng vì Dự án 4000 thành công hay thất bại tùy vào sự ủng hộ của người dân. Cần phải thực hiện nhanh chóng một quy định để thăm dò mức đóng góp của người dân và đồng thời cũng xác nhận là thành phố sẽ giữ lời cam kết tham gia vào vấn đề này. Một nhóm khoảng 20 người, đủ mọi thành phần, đã bắt tay vào việc phân tích mọi khía cạnh của Dự án định cư to tát này. Ưu tiên là tổ chức ngay một buổi họp cho công chúng tham dự.

Báo chí đã "đánh hơi" được tin tức này. Ngay chiều hôm đó, các ký giả đã phỏng vấn bà Dewar về buổi họp trên, và bà đã trả lời là hoàn cảnh khốn cùng của người tị nạn là đề tài chính của buổi họp. Bà cũng nói thêm là Ottawa sẽ nhận khoảng 4,000 người. Ngày 28/6, tờ báo Ottawa Citizen đã tường thuật dưới tựa đề lớn "Ottawa sẵn sàng cho định cư 4,000 người", trong khi tờ Ottawa Journal (nay đã đình bản) chỉ đăng một đoạn tin ngắn với tựa đề "bà Dewar muốn thành phố nhận thêm người tị nạn". Dự án 4000 đã được chấp thuận.

Công chúng hưởng ứng rất nhanh chóng. Ngay ngày báo chí tường thuật lại buổi họp, nhóm lo về kế hoạch đã họp tại một nhà thờ để bắt đầu vào việc. Ngày hôm sau, 29/6, bà Dewar họp báo. Bà khẳng định là Dự án 4000 là một cách đáp ứng trước "sự hăng hái và sự ủng hộ rộng lớn của dân thành phố Ottawa". Đồng thời bà tuyên bố là một buổi họp với công chúng sẽ diễn ra ngày 12/7. Bà cũng cho báo chí biết thêm là văn phòng của bà được nhiều người gọi đến để bày tỏ ý muốn đóng góp lương thực, quần áo và nơi trú ngụ. Dân chúng muốn giúp đỡ một cách cụ thể nhưng không có phương tiện. Buổi họp này là để thăm dò xem công chúng quan tâm đến đâu và cũng để những người thiện nguyện và những nhà hảo tâm ra tay.

Bà Dewar nhấn mạnh là phải hành động gấp. Để trả lời về điểm cần nhiều thời gian hơn để thảo kế hoạch và mục tiêu, bà cho biết như sau: "Đúng rồi", bà đồng ý, "chúng ta sẽ có nhiều tin tức hơn, nếu chúng ta đợi thêm. Chúng ta sẽ biết khá hơn về tình hình, nếu chúng ta nghiên cứu thêm 2 năm rưỡi nữa, nhưng trong thời gian này có nhiều người sẽ nằm chết dưới đáy biển". Bà đã sẵn sàng nhận trách nhiệm cho bất cứ rủi ro chính trị nào khi bà đưa ra Dự án này.

Cũng nhân buổi họp báo này, bà khuyến khích cả nước ủng hộ mạnh mẽ hơn. Bà thách thức đồng nhiệm của bà ở những thành phố khác tham khảo ý kiến người dân giống như bà đã làm, viện lẽ là giới lãnh đạo ở mức thành phố có thể là động cơ thúc đẩy dân chúng ở đó hoạt động hữu hiệu hơn.

Nhờ sự nghiệp chính trị của bà, bà đã lôi cuốn được cả nước chú ý đến một Dự án địa phương nhỏ và từ đó Dự án 4000 đã giữ một vai trò quan trọng và to tát trong sự đáp ứng của người dân trên toàn quốc.

Khi Dự án 4000 được phổ biến, công chúng đã phản ứng tức thì và mạnh mẽ mặc dù không phải ai cũng ủng hộ. Đa số đã đứng sau dự án. Tuy nhiên, trong buổi họp với công chúng, Dự án lúc đó được coi như một thử thách và sẽ cho biết hư thực ra sao. Những người lạc quan thì tiên đoán sẽ có vài trăm người đến dự và dĩ nhiên họ sẽ đòi hỏi nhiều chi tiết hơn về những điều mà họ muốn đóng góp.

Tựu trung thì đa số ủng hộ dự án này và một số người không nghĩ là thành phố có thể cấp việc làm hoặc nhà ở cho một số đông như vậy. Một tờ báo đề nghị chính phủ Canada nên giúp đỡ vùng thủ đô một cách hữu hiệu hơn thay vì nhận định cư người tị nạn. Chính phủ liên bang nên đứng ra dàn xếp để đạt được một giải pháp chính trị cho họ. Một số tỏ ra kỳ thị, bầy tỏ quan tâm của họ là những người mới đến sẽ làm thay đổi thành phần dân số đất nước này. Vài người còn có ý nghĩ lệch lạc hơn. Bà Dewar nhắc lại là một người đã gọi điện thoại cho bà, đe dọa là họ sẽ bắt cóc bà, trói bà lại và đưa bà đến quốc hội. Họ sẽ bắt bà ăn đồ ăn Tàu "cho đến khi bà vỡ bụng".

Khi đưa ra Dự án 4000, bà Dewar đã nghe theo tiếng gọi của lương tâm mình. Như ông Russ Mills, chủ nhiệm tờ Ottawa Citizen ngày ấy đã viết: "Bà Marion hành động vì bà nghĩ đây là việc phải làm, chứ không phải vì có lợi về chính trị". Thực ra, vấn đề rủi ro chỉ có thể xảy ra trong lúc hành động. Con đường chính trị "an toàn" cho bà là đứng bên lề, tương tự như một số lãnh đạo cấp thành phố ở nhiều nơi khác, và tuyên bố là vấn đề này, mặc dù rất đáng tiếc, không nằm trong lãnh vực trách nhiệm của bà.

Một số quan sát viên khác cũng nghĩ như trên. Ông Richard Hardy, một giáo sư ở đại học St. Paul đã nói: "Với bà Dewar, không bao giờ có chuyện đề cao cá nhân, hay lợi ích chính trị". Bà đã đưa ra một thí dụ cá nhân tuyệt vời và công chúng đã hưởng ứng tận tình. Danh tiếng chính trị của bà đã tăng lên vì đã giúp đỡ người tị nạn từ bên kia vòng trái đất. Thành công hay thất bại tùy thuộc nhiều vào sự đóng góp của người dân vùng Ottawa. Những dấu hiệu đầu tiên cho thấy dân chúng đã phát biểu ý kiến rất tích cực. Tuy nhiên, phải đợi đến khi có buổi họp với công chúng ở Lansdowne Park mới biết là Dự án 4000 sẽ thành công ở mức độ nào tùy vào sự đóng góp của người dân, hay sẽ là một thất bại chính trị cho bà Dewar.

Hai tuần lễ giữa buổi họp báo của bà Đô Trưởng và buổi họp với công chúng dự trù vào ngày 12/7 trôi qua thật nhanh. Ông Michael Lubbock, một nhân viên ngân hàng đã về hưu và đã từng đóng góp vào các cuộc cứu trợ người tị nạn ở Âu Châu ngay sau khi Thế Chiến Thứ Hai chấm dứt, đứng ra làm phối hợp viên lâm thời (mặc dù sau đó ông đã từ chối, khi chức vị này trở thành thường trực, nhưng ông vẫn tích cực cộng tác đắc lực và gây ảnh hưởng đáng kể trong tổ chức). Bà Đô trưởng đã tìm ra phòng làm việc tạm thời cho ông ở tòa đô chính và cung cấp những thứ cần thiết để ông bắt đầu vào việc. Bà cũng đã dùng tài năng chính trị của mình để thuyết phục một cách thành công những cố vấn hội đồng ủng hộ Dự án 4000.

Ngày 4/7, Hội Đồng Thành Phố đồng tình đứng sau Dự án và trích ra $25,000 để trang trải những chi phí đầu tiên. Năm thành viên của hội đồng, kể cả bà Đô trưởng, cùng nhau nhận bảo lãnh một gia đình tị nạn. Những nhân viên khác cũng không kém phần tích cực. Họ đã đóng góp một cách "tuyệt vời"– nói theo lời bà Đô trưởng – không quản ngại làm nhiều công việc hơn, từ giải quyết những đóng góp tiền bạc tự nguyện cho đến trả lời những người muốn có thêm chi tiết về đủ mọi khía cạnh.

Nhóm người lo về kế hoạch tăng lên cũng như những số việc phải làm và độ lớn của một số việc. Ông Alan Breakspear, một công chức liên bang chuyên về chính sách tị nạn và di trú, người thay thế ông Michael Lubbock làm phối hợp viên cho Dự án 4000, trở thành người lãnh đạo. Ông hoạch định ngay danh sách những nhu cầu cần thiết để mọi người chú ý. Việc này đưa đến sự thành hình của 9 nhóm nhỏ, các nhóm mà sau này sẽ trở thành những đơn vị tổ chức thực hiện Dự án 4000.

Chỉ cần nêu lên tên của 9 nhóm trên đây cũng đã thấy tầm cỡ to lớn của những thách thức có thể xảy ra: học vấn và huấn nghệ, y tế, việc làm, cư trú, liên lạc với chính phủ, bảo lãnh tư nhân, định cư và thích ứng, quỹ cứu trợ, và giao tế với truyền thông. Các thiện nguyện viên đã đứng ra đảm lãnh những công việc kể trên.

Ông Alan Breakspear và những cộng tác viên nhận thức được ngay là họ sẽ không đủ sức để thấu hiểu tường tận mọi vấn đề trước ngày 12/7. Do đó họ soạn ngay những câu trả lời sơ lược cho một số câu hỏi có thể được đặt ra. Ngoài ra, muốn tổ chức buổi họp với công chúng này cũng cần thời gian và năng lực. Phải lo tổ chức hậu cần vì có thể vài trăm người sẽ tới dự. Phải làm chương trình và phải tuyển 100 người thiện nguyện cho những quầy thông tin để trả lời những thắc mắc của quần chúng.

Ngay từ sơ khởi, có một điểm đáng được nêu lên. Là một chính trị gia ở mức thành phố, bà Dewar từng bị giới truyền thông chỉ trích và bà cũng hiểu rõ sức mạnh của báo chí trong việc tạo ảnh hưởng của chương trình nghị sự trên người dân và ý kiến của họ. Vì vậy, ngày 5/7, bà gặp riêng đại diện của giới báo chí địa phương để trình bầy với họ tại sao phải hành động khẩn cấp và yêu cầu họ giúp đỡ. Bà đã gặt hái được kết quả vì trong những tuần và tháng sau đó những bài tường thuật về diễn biến của Dự án 4000 thường là khích lệ mặc dù có một số người vẫn chỉ trích.

Ông Russ Mills, chủ bút tờ Citizen, rất xúc động. Sau buổi họp, ông nghĩ chắc phải có một số đông người ở Ottawa muốn giúp đỡ mà không biết phải liên lạc với ai hoặc làm cách nào. Ông nghĩ là tờ báo của ông có thể giới thiệu những người này với các nhóm bảo lãnh đang cần thêm hội viên. Lúc ông quay lại chỗ làm, ông lập tức chia sẻ ý kiến này với các đồng nghiệp. Ông nhớ là mọi người đều lên tiếng là: "đây là một hướng đi bất thường cho một tờ báo". Là ký giả, "chúng tôi luôn giữ một khoảng cách với các Dự án chính trị để có khả năng đưa ra cho công chúng những lời phê bình độc lập. Tuy nhiên, trong trường hợp này, hoàn cảnh của người tị nạn bi đát đến độ chúng tôi cảm thấy cần phải giúp đỡ".

Ngày 7/7, ông Russ Mills viết trên báo là tờ Citizen "không thể giữ một vai trò chính thức trong Dự án 4000, nhưng chúng tôi sẽ có hai đóng góp: – một, chúng tôi sẽ bảo lãnh một gia đình tị nạn. Chúng tôi cũng kêu gọi các doanh nghiệp khác làm theo. Tên của các doanh nghiệp sẽ được đăng lên báo, và chúng tôi hy vọng là danh sách này ngày sẽ dài thêm; – hai, cũng không kém quan trọng, tờ báo sẵn sàng làm sợi dây liên lạc để qua đó những người muốn bảo lãnh có thể tập họp lại thành nhóm". Đơn bảo lãnh (xin xem hình trang tới), đã được phổ biến trên tờ Citizen nhiều lần trong tuần và liên tục trong nhiều tuần.

Hành động của tờ Citizen rất hữu ích vì nhiều lý do. Tờ báo đã nâng cao tầm quan trọng của vấn đề tị nạn nơi dân chúng, đã đỡ đầu chiến dịch bảo lãnh như là một chuyện đáng làm, và đã tạo cơ hội cho mọi người hay mọi tổ chức tham gia, vượt qua giới hạn của thành phố Ottawa đến tất cả những vùng có bán tờ báo này.

THE REFUGEES

Citizen *readers have a chance to help the boat people. If you would like to help sponsor a refugee family, fill out the form below and mail to* **The Citizen**. *We'll divide sponsors into groups of about 30 households and publish the names of all members of each group so you'll know the other members of your sponsoring group. Sponsorship is a moral and financial commitment not to be taken lightly. Please do not send the form unless you are seriously interested.*

I want to help sponsor a refugee family

Name..

Address..

Phone...

Mail to: Refugees, The Citizen, 1101 Baxter Rd., Ottawa, K2C 3M4
(or deliver to The Citizen front desk)

Báo Ottawa Citizen ủng hộ tích cực việc bảo lãnh thuyền nhân
(*Hình: Gift of Freedom*)

Buổi họp tại công viên Lansdowne

Như đã dự tính trước, chương trình buổi họp diễn ra suông sẻ. Ông Alan Breakspear sẽ là người điều khiển chương trình. Bà Dewar cùng vài lãnh đạo tôn giáo và đại diện các cộng đồng có tiếng tăm sẽ nói đôi lời với cử tọa. Ca sĩ dân ca Bruce Cockburn và một ban hát thiếu nhi Việt Nam sẽ giúp phần ca nhạc. Ngoài ra những người có sự hiểu biết trực tiếp về tình hình ở Đông Nam Á sẽ trình bầy về cuộc khủng hoảng tị nạn. Những quầy thông tin về mọi khía cạnh của Dự án được đặt ở các vị trí thuận tiện ở khắp nơi. Ban tổ chức coi sự kiện này như một công cụ để đo mức ủng hộ của dân chúng đối với Dự án 4000. Nếu may mắn, Dự án có thể thúc đẩy thêm sự giúp đỡ ồ ạt của tư nhân đã nhận được từ khắp thành phố.

Buổi họp tại công viên Lansdowne
(*Hình: Gift of Freedom*)

Ban hợp ca thiếu niên hát quốc ca Canada
(*Hình: Gift of Freedom*)

Là những người tổ chức chuyên nghiệp và cũng là ủng hộ viên tích cực của bà Dewar, ông Dan Gamble và phu nhân, bà Barbara Gamble, đã tình nguyện lo về hậu cần cho buổi họp. Bà Barbara Gamble đã nói về sự sửa soạn như sau: “chúng tôi xếp 600 ghế ở sảnh triển lãm. Lúc buổi họp bắt đầu, chúng tôi phải xếp thêm vài trăm ghế nữa ở sảnh kế bên và trên các lối đi”. Không ai biết chắc chắn bao nhiêu người đã tham dự. Người ta ước lượng là đã có từ 2,300 đến 3,000 người. Dù sao đi nữa, sự hưởng ứng của quần chúng đã vượt xa những mong đợi của ban tổ chức. Ông George Pike và phu nhân, bà Sue Pike, cả hai đều là thiện nguyện viên có mặt hôm đó và bà Sue Pike nhớ lại như sau: “chúng tôi cứ phải mở thêm các cửa dẫn vào các sảnh khác để cho dân chúng ngồi”.

Ca sĩ Bruce Cockburn
(*Hình: Gift of Freedom*)

Nổi bật hơn nữa, cảm nhận chung là dân chúng đã quyết định sẽ giúp trước khi tới dự buổi họp. Theo ông George Pike, “không cần thuyết phục ai. Không ai có thắc mắc quá đáng. Dân chúng chỉ muốn đóng góp thôi”.

Nếu ban tổ chức hài lòng về số người đến dự họ còn thán phục hơn ý chí muốn hành động của dân chúng. Bà Dewar ghi lại như sau: “chúng tôi đi vào nơi họp là để xem có thực hiện được Dự án không. Lúc rời nơi họp, thắc mắc mới của chúng tôi chúng tôi đã thay đổi và trở thành”: “làm cách nào để thực hiện được Dự án đó”. Đối với ông George Pike, sự kiện này là một biểu lộ của “lòng nhân ái”.

Hình như có một cái gì huyền diệu đã xảy ra đêm hôm ấy. Tổng Giám Mục giáo phái Ki tô giáo tại Ottawa, ông Joseph-Aurèle Plourde, đang trong giai đoạn làm thủ tục để bảo lãnh một trẻ mồ côi người Campuchia. Ông bầy tỏ lòng thán phục và lòng yêu thương của ông đến dân thành phố Ottawa vì họ đã mở rộng tấm lòng của họ trước sự đau khổ của những người không quen biết. Thầy Don Gerber của giáo phái Do Thái, gợi lại sự từ chối mở cửa trước Thế Chiến Thứ II của đa số các nước Tây phương, kể cả Canada, để nhận người tị nạn Do Thái. Đối với thầy, Dự án 4000 là một cơ hội lịch sử để rút kinh nghiệm trong quá khứ hầu làm khá hơn. Ông William Robinson, Trưởng Giám Mục của giáo phái Anglican, đã khen ngợi bà Đô Trưởng với Dự án 4000 và khuyến khích mọi người nên ủng hộ. Toàn thể cử tọa đã đứng dậy hết để hoan hô bà Dewar.

Bà Dewar đã linh cảm được dòng điện này. Bà tâm tình như sau: “có một cái gì rất thực đang xảy ra. Đây không phải là Dự án của tôi. Hội đồng của quý vị đã đồng tình bỏ phiếu ủng hộ Dự án 4000 và quý vị đã đến dự đêm nay”. Những người tham dự đã biểu lộ ngay là họ có mặt không phải chỉ để nghe diễn văn và ca nhạc. Họ tự động đi đến các quầy thông tin không phải để hỏi thêm chi tiết về dự án mà để hỏi phương cách để giúp đỡ. Chỉ trong một đêm, số người ủng hộ đã tăng lên gấp đôi và tiếp tục tăng trong những tuần kế tiếp. Các thiện nguyện viên đã làm việc nguyên một ngày để ghi danh và sắp xếp những cam kết và quà tặng ngay trong buổi họp.

Kết quả thâu được thật phi thường vì sự nhận bảo trợ đi đôi với sự ràng buộc đáng kể. Trên phương diện pháp lý, người bảo trợ phải chịu trách nhiệm chăm sóc cho các cá nhân hoặc gia đình được bảo trợ trong vòng một năm. Tốn kém ước lượng cho sự bảo trợ một gia đình trong 12 tháng là từ $9,000 đến $12,000 (tính theo giá trị Gia kim năm 1979), tức là một sự cam kết quan trọng đối với những người hoàn toàn xa lạ. Người dân Ottawa đã bộc lộ rõ ràng ý muốn của họ đóng góp tiền bạc và mở rộng tấm lòng của họ cho người tị nạn.

Bà Marion Dewar nói về Dự Án 4000
(*Hình: Gift of Freedom*)

Một kỷ niệm sáng chói cho những người tham dự là buổi họp tại Lansdowne Park là thời điểm chủ chốt trong sự tiến triển của dự án. Dù buổi tối hôm ấy được Ơn Trên phù hộ, hay chỉ thể hiện sự liên đới của dân Canada với những kẻ xa lạ ở bên kia vòng trái đất, chi tiết này không đáng kể. Bà Đô trưởng đã nói lên hoàn cảnh khốn cùng của người tị nạn, phác họa một viễn ảnh làm sao những người dân bình thường Canada có thể tham gia, và đã kêu gọi dân thành phố của bà hưởng ứng. Ottawa đã nhiệt liệt đáp lại, khiến ngay cả những người lạc quan nhất cũng ngạc nhiên. Thầy Gerber đã tả lại sự kiện như sau đây. Buổi họp "gây phấn khởi nơi ban tổ chức, Hội Đồng Thành Phố của bà Đô trưởng, những nhà bảo trợ, thiện nguyện viên, giống như là người tị nạn đang sống giữa chúng ta khiến chúng ta xúc động. Cốt lõi của sự xúc động này là chúng ta cảm thấy có thể thực hiện nhiều hơn những gì chúng ta mong đợi. Buổi họp ở công viên Lansdowne làm chúng ta tin tưởng hơn ở bản chất thiện trong chúng ta".

Tổ chức và người tài trợ

Chưa đầy ba tuần lễ sau, từ một câu nói ở một buổi họp riêng, Dự án 4000 đã trở thành một phong trào xã hội rộng lớn. Đã đến lúc phải lo đến cách tổ chức và tìm kiếm người tài trợ cần thiết để lèo lái sự ủng hộ rộng lớn của quần chúng đến những kết quả cụ thể.

Tài liệu đã được soạn thảo nhanh chóng để trình bầy Dự án 4000 như là một cơ quan từ thiện vô vụ lợi để nộp cho chính phủ tỉnh bang. Những mục đích quan trọng được liệt ra như sau:

a. Giúp đỡ và khuyến khích việc định cư của người tị nạn trong thành phố hay ở ngoại ô của Ottawa và Ottawa-Carleton;
b. Giúp đỡ và tìm cách giảm khổ đau, cũng như phục hồi nhân phẩm của người tị nạn, nếu làm được;
c. Phát triển và ủng hộ sự thành lập các dịch vụ, chương trình sinh hoạt cần thiết và thích hợp để đáp ứng nhu cầu của người tị nạn cũng như của các tổ chức, hội đoàn và nhóm nhận bảo trợ hay giúp đỡ người tị nạn;
d. Quyên tiền với mục đích đóng góp vào những chương trình bảo trợ và định cư; trang trải các chi phí của các chương trình ủng hộ mục tiêu của dự án cũng như đóng góp và sự bảo trợ quốc tế và giúp đỡ phát triển;
e. Giữ liên hệ hợp tác và tham vấn với các cộng đồng, chính phủ cấp thành phố, tỉnh bang và liên bang, các cơ quan, để ủng hộ và khuyến khích sự thành hình các chính sách và chương trình thích hợp với mục tiêu của cơ quan điều hành Dự án 4000.

Dự án 4000 nằm dưới sự điều khiển của Hội Đồng Quản Trị gồm nhiều đại diện của nhiều hội đoàn. Họ làm việc không lương và gồm có các lãnh đạo tôn giáo, công chức, luật sư, chính khách địa phương, quản lý ngân hàng, doanh nhân, lãnh đạo hội đoàn các sắc dân, và đại diện giới lao động. Phối hợp viên của dự án, cũng là vai trò của ông Michael Lubbock lúc ban đầu và sau đó trao lại cho ông Alan Breakspear là người chịu trách nhiệm cho công việc hàng ngày. Ông này điều khiển một nhóm người rất nhỏ được trả lương để họ làm việc chung với các thiện nguyện viên, những người mà cơ quan rất cần.

Hội Đồng Quản Trị họp lần đầu tiên ngày 2/8 để duyệt lại những sự kiện đã đưa đến Dự án 4000 gồm các mục tiêu, việc làm của các nhóm khảo cứu tự nguyện –linh hồn của dự án – và cơ cấu nội bộ của ban quản trị. Bà Dewar, chủ tọa buổi họp, nhấn mạnh mục đích rõ ràng là: "đón tiếp những người khốn khổ này và giúp họ hội nhập vào xã hội của chúng ta càng sớm càng tốt". Sơ đồ trang sau cho thấy cấu trúc trong giai đoạn đầu và sự liên hệ giữa các nhóm làm việc được tạo ra nhanh chóng trong những ngày đầu còn ngổn ngang, ngay sau buổi họp báo của bà Dewar ngày 29/6.

Công việc rất cấp bách trong những tuần lễ đầu của Dự án 4000 vì phi cơ đầu tiên chở những người tị nạn đến Ottawa vài ngày sau đó. May mắn thay, ủy ban phối hợp buổi họp ở Lansdowne Park và các nhóm làm việc vẫn còn hoạt động. Việc sửa soạn đón tiếp một số đông người tới được xúc tiến ngay trong giai đoạn chuyển tiếp từ một nhóm không chính thức những người thiện nguyện thành một tổ chức từ thiện có căn bản pháp lý.

Trong quá trình hiện hữu ngắn hạn của Dự án 4000, nhiều ủng hộ viên tự nguyện đóng góp thời gian, năng lực và vật chất. Mặc dù đồng đô la có giá trị cao hơn vào năm 1979, việc điều hành Dự án trong giai đoạn đầu chỉ dùng một khoản tài chính có thể coi là tối thiểu. Như đã đề cập trước đây, Hội Đồng Thành Phố tặng 25,000 đồng, cộng thêm 19,000 đồng quà tặng tự nguyện từ công chúng. Mặc dù đã nhận được nhiều tài trợ từ những tháng trước, yếu tố ngân quỹ luôn giữ một vai trò nhỏ trên phương diện khả năng mà Dự án 4000 đã kết hợp được. Một hãng địa ốc địa phương cho mượn chỗ làm việc trong một tòa nhà ở khu trung tâm thành phố Ottawa và nhân viên đóng góp về nhân sự có cả bác sĩ và nha sĩ chữa bệnh miễn phí cho người tị nạn.

Ngay cả các nhóm làm việc liên tục toàn thời gian (*full time*) tuy không bao giờ quá bốn người cũng được những cơ quan khác biệt phái đến như trường hợp ông Alan Breakspear từ Bộ Di Trú. Có nhiều tổ chức khác cho "mượn" người làm việc với những khoảng thời gian rõ ràng.

Những người thiện nguyện là thành phần quý giá nhất của dự án. Người ta tham gia với con số kỷ lục để chia sẻ công việc, từ khuân bàn ghế, mang quần áo tới kho, lập danh sách những người bảo trợ, cho đến việc trả lời điện thoại.

Dự án 4000: cấu trúc sơ khởi

Hội Đồng Quản Trị

Thư ký

Phối hợp viên	Phụ tá đặc biệt
Kế toán	Phát ngôn viên
	Hành chính

Quản lý văn phòng	**Phối hợp viên của công việc thiện nguyện**	**Liên lạc với chính phủ**	**Sự kiện đặc biệt**
Điện thoại Đánh máy Linh tinh			Nhà ở Y tế Báo chí Giáo dục Việc làm Gây quỹ

Cơ quan đã đương đầu với một số điểm chưa chắc và chưa rõ, và vài điểm sẽ không bao giờ được giải quyết. Chẳng hạn như chỉ tiêu của Dự án – sẽ nhận định cư 4,000 người hay con số tối đa được nhận là 4,000 người ? Ngày 18/7, chính phủ Clark tuyên bố sẽ tăng chỉ tiêu lên nhiều hơn dựa trên một công thức theo đó cứ mỗi người được tư nhân bảo trợ thì chính phủ liên bang cũng sẽ bảo trợ một người. Những người này có được kể trong số 4,000 người của

Dự án không ? Có cần dễ dàng hóa việc làm của những nhóm bảo trợ tư nhân để họ có thể hoạt động một cách độc lập không ? Vai trò của cơ quan có phải để khuyến khích những nhóm khác noi theo hay là để biện minh cho tất cả các vấn đề tị nạn ? Tất cả những chi tiết này đã được bàn cãi kỹ lưỡng. Ngoài ra cơ quan cũng phải đối phó với một số trường hợp, may mắn thay con số này rất ít, trong đó người ta đứng ra cộng tác là để lấy lợi ích cho cá nhân mình chứ không phải để phụng sự mục đích chung. Phải kể cả những vấn đề hiểu nhầm và sự xích mích giữa những cộng sự viên.

Cuối cùng thì những mơ hồ và khó khăn không gây ảnh hưởng gì nhiều. Như bà Dewar đã nói trong buổi họp đầu tiên của ủy ban, mục đích là đưa những người trong tình trạng bần cùng đến Ottawa và hội nhập họ càng sớm càng tốt. Nhu cầu của người tị nạn rất to tát. Cơ hội để cứu trợ cũng rất lớn và hàng ngàn người dân Ottawa nhiệt liệt hưởng ứng. Ông Dan Gamble nhớ lại như sau: "ngày nào cũng gặp khó khăn và những vấn đề đã được giải quyết tại chỗ. Chúng tôi lấy nghị lực để bù lại sự kém hiểu biết. Hơn nữa, sự ủng hộ và hăng hái của quần chúng rất là sâu đậm và mạnh mẽ". Bà Gamble nói thêm là Dự án 4000 là một động cơ tự chạy một mình mà chúng tôi đã thấy tận mắt ngay từ lúc thành hình, Dự án giữ vững động lực khai triển".

Trọng tâm các sinh hoạt biến chuyển tùy theo hoàn cảnh. Trong giai đoạn đầu, Dự án 4000 được đưa ra để huy động dân chúng và tạo cho họ một công cụ để hành động. Sau khi hàng trăm nhóm bảo trợ ra đời thì ban tổ chức tập trung vào vấn đề giải đáp nhu cầu của họ về thông tin, về tham vấn, tài chính, và dịch vụ. Khi các nhóm này có đầy đủ khả năng rồi và những người mới tới đã tự lực được, lúc ấy mục tiêu mới được hướng về vấn đề đoàn tụ gia đình, hay di chuyển đến chỗ khác, và cộng tác với các cơ quan khác.

Tất cả các vấn đề trên đều có tính cách dài hạn. Công việc cần giải quyết nhanh chóng rất là rõ ràng. Nhóm người tị nạn đầu tiên sẽ đến ngày 6/8. Họ sẽ ở đâu và ai sẽ là người lo cho họ.

Chương 4
Dự án 4000 (thực thi)

"Thế giới không dễ hiểu nhưng bạn có thể ôm ấp được nó: bằng cách ôm ấp lấy một người trong số những người của thế giới đó" – Martin Buber

Tây gặp Đông : những cảm nhận đầu tiên

Ông George Pike hồi tưởng lại một cách sống động buổi gặp gỡ đầu tiên với một gia đình tị nạn mà ông và vợ ông là bà Sue Pike đã bảo lãnh. Vào tháng 09 năm 1979, các viên chức Bộ Di Trú Liên Bang đã thông báo cho ông bà Pike biết là gia đình ông bà bảo lãnh đã hoàn tất một chuyến đi xa từ vùng tị nạn và họ sẽ đến Montréal ngày hôm sau. Họ muốn nhóm bảo lãnh sắp xếp để gặp gia đình này. Ông George Pike và bà Sue Pike nhận lời đứng ra lo việc đó và sáng hôm sau hai vợ chồng ông đã có mặt ở ga xe buýt dưới phố.

Họ nhận ra những người mới đến rất dễ dàng: một cặp vợ chồng trẻ với hai con nhỏ và một cái va-li to đựng những vật dụng duy nhất của họ. Là một người có thói quen đi du lịch với trẻ em, ông George Pike bước lên cầm lấy cái va li và sửa soạn mang nó đi. Ông chưa đi được vài bước thì một trong hai đứa bé tiến tới chặn ngang đường ông đi và chỉ tay xuống dưới nhiều lần. Ông George Pike nhìn xuống. Dưới cái va li có hai bánh xe cứng cáp và người ta có thể kéo cái va li thay vì nhấc nó lên cầm tay. Ông George nghĩ là ông vừa thấy một quả bong bóng bay trên đầu đứa bé trong một phim hoạt hình trên đó có hàng chữ "những người Canada là những người tử tế, nhưng có lẽ họ hơi chậm đây".

Đối với những người tị nạn vừa nhập cư, Ottawa – cũng như toàn thể nước Canada – là một môi trường sống hoàn toàn khác lạ. Đối với phần lớn những người này, sự khác biệt về văn hóa khiến cho việc hội nhập khó khăn hơn. Anh Chamroeun Lay, người gốc Cam Bốt, đến Ottawa do chính phủ bảo lãnh. Anh nhớ lại thời gian anh và một số người tị nạn Cam Bốt đến Ottawa vào tháng 12. Nhờ biết nói tiếng Anh khá hơn mấy người kia, anh trở thành người trung gian giữa những người mới đến và thế giới mới của họ. Anh đã khám phá nhanh chóng sự khác biệt giữa việc biết tiếng Anh và việc biết nghĩa thật sự của những từ ngữ này.

Một viên chức Bộ Di Trú gặp những người mới và đưa họ đến một khách sạn để làm thủ tục cho họ được tạm trú tại khách sạn này. Bữa đó là chiều thứ sáu, vị viên chức bảo họ cứ ở đó và đợi đến sáng thứ hai sau cuối tuần. Anh ấy đưa cho họ phiếu ăn và chìa khóa phòng khách sạn rồi giã từ.

Vấn đề ở đây là không một người nào trong nhóm này được nhìn thấy chiếc chìa khóa khách sạn kiểu Tây phương này. Chamroeun đọc được số ghi trên mỗi chìa khóa, nhưng không có số nào trùng với số phòng khách sạn. Những người Cam Bốt này bối rối lắm; có điều gì mà chính họ cần phải biết mà không biết không ? Họ có thể yêu cầu sự giúp đỡ mà không làm phiền lòng những người bảo lãnh họ ? Họ rất cẩn thận không dám tỏ ra sự bất bình trong ngày đầu trong căn nhà mới. Và họ sợ bị mất mặt với người bảo lãnh nếu họ yêu cầu sự giúp đỡ ?

May thay có một người khách mướn phòng ở khách sạn đã nhận thấy sự lúng túng của họ nên đã lên tiếng hỏi giúp. Chamroeun giải thích sự khó khăn của mình. Có vấn đề gì đâu. Số đầu tiên là số tầng khách sạn và hai số sau là số phòng trên tầng đó. Và như thế trở ngại đầu tiên của nhóm này đã vượt qua nhờ vào sự giúp đỡ của một người lạ.

Sau khi mọi người đã vào được phòng mình và thu xếp xong xuôi, họ rủ nhau xuống phòng ăn khách sạn. Và ở đây anh Chamroeun bị cú sốc thứ nhì. Trên thực đơn có ghi món “hot dog”. “Mặc dù tôi đọc được tiếng Anh, tôi không hiểu nghĩa những chữ này, người Canada ăn thịt chó thật ư ? Nếu đúng thế thì chúng tôi sẽ chết vì đói”. Cuối cùng cả nhóm rủ nhau lấy xe buýt xuống tận phố Tàu bé nhỏ của Ottawa lúc bấy giờ, và ở đây thì họ nhận ra được thức ăn mà họ biết.

Giờ đây trong lúc anh Chamroeun thỉnh thoảng thú vị nhớ lại những giai thoại này, những chuyện đó nói lên sự khác biệt giữa những người tị nạn được bảo trợ bởi những nhóm tư nhân và những người được chính phủ bảo trợ. Những người được chính phủ bảo trợ thì họ được săn sóc chu đáo về phương diện vật chất và một số dịch vụ tư vấn. Tuy nhiên họ không có được một mạng lưới tổ chức liên lạc và giúp đỡ chặt chẽ như những người được các nhóm tư nhân bảo trợ.

Dù họ biết rất ít về văn hóa của những dân vùng Đông Nam Á, một số những người bảo trợ tư nhân cũng cố gắng học hỏi thêm. Họ có một thứ quý giá cho những người mới đến: sự hiểu biết về xã hội Canada và những tập quán của xã hội này. Người tị nạn do các nhóm tư nhân bảo trợ luôn được hưởng sự trợ giúp mỗi khi có những điều mới lạ phát hiện nhất là ở những ngày đầu khi họ đến định cư. Từ những việc như đi mua thức ăn hay vật dụng, việc đi khám bác sĩ, việc di chuyển trong một thành phố lạ hay đi tìm việc làm, người tị nạn bởi nhóm tư nhân được sự trợ giúp cho mỗi cá nhân đầy đủ và chu đáo hơn những người tị nạn do chính phủ bảo trợ. Và kết quả là những người tị nạn bởi nhóm tư nhân biết tự lo cho mình nhanh hơn và đỡ nhọc nhằn hơn.

Phát triển cách điều hành

Dự án 4000 được đề xướng để động viên sự hỗ trợ người tị nạn Đông Nam Á và đề ra những phương cách thực tiễn giúp người tị nạn sống ổn định tại thủ đô Canada. Dự án này đã hoàn toàn thành công. Vào tháng 12 năm 1979, đã có khoảng hơn 3,000 nhóm bảo trợ tư nhân được duy trì nhờ sự đóng góp của gần 6,000 người dân trong vùng. Hơn vài trăm người tình nguyện cũng tham dự vào các chức năng điều hành, từ những công việc văn phòng cho đến việc lãnh đạo dự án. Một bản tin được ra đời vào mùa hè 1979 và được phát hành rộng rãi cho các nhóm bảo trợ, các cơ quan thông tin và các tổ chức, đã trở thành một công cụ thông tin tốt và đúng thời điểm và trình bày được rất nhiều yếu tố liên quan và thiết thực của một Dự án ngày càng lớn dần và phức tạp hơn.

Thêm vào đó, Dự án 4000 đã làm nảy sinh một cuộc chuyên chở chưa từng có về đồ vật và dịch vụ từ những cộng đồng quanh vùng. Nào là những đề nghị cho thuê chỗ ở không lấy tiền, cung cấp công ăn việc làm cho người mới đến, rồi là những hiến tặng quần áo và đồ đạc thiết bị nhà cửa và nhiều thứ khác.

Việc hỗ trợ mà thành phố và nhân viên thành phố này nới rộng thành một tổ chức mới đáng được kể đến. Ông Robert Bailey, Ủy Viên Đặc Trách Phát Triển Cộng Đồng của thành phố, người đứng đầu quản lý nhiều đơn vị của các quận trong vùng có trách nhiệm cho việc định cư những người mới đến, cho biết là Dự án 4000 bao gồm những hỗ trợ về tài chánh và dịch vụ kế toán, hướng dẫn luật pháp, giúp đỡ về các thủ tục giấy tờ và khuân vác từ việc chuyên chở đến việc cho thuê nhà kho và cất giữ đồ đạc. Đáp ứng về nhân lực đến từ các quận còn đi xa hơn việc thỏa đáng những thủ tục được quy định của chính phủ. Cũng như đa số những nhân viên của các thành phố khác, chính ông Bailey và vợ ông là bà Marilyn đã dự phần đắc lực qua nhà thờ của ông bà trong việc bảo lãnh và định cư một gia đình tị nạn. Được hỏi lý do gì dẫn dắt đến sự hỗ trợ hăng hái này, ông nói "khi thấy những hình ảnh thương tâm của những người vượt biển trên những chiếc thuyền mỏng manh trên đại dương để đi tìm tự do, chúng tôi cũng như những người dân bình thường khác, chỉ muốn làm một việc gì để làm vơi bớt đau thương của họ".

Trong khi cuộc khủng hoảng của làn sóng người tị nạn ở Đông Nam Á đang dấy lên sự hưởng ứng và sự đóng góp của người dân Ottawa, Dự án 4000 đã góp công một cách rất hiệu quả và độc đáo trong việc khuyến khích sự tăng trưởng và duy trì những đóng góp này của người dân địa phương.

Tính bằng số nhóm bảo lãnh tư nhân, đóng góp của người dân trong vùng Ottawa vượt trội hơn đóng góp trung bình toàn quốc và đây là một bằng chứng rõ rệt cho thấy sự tác động của dự án của bà Marion Dewar trên những công dân của thành phố bà.

Thành công trong việc đạt được mục đích ban đầu, huy động được sự ủng hộ thuyền nhân, đến lúc những người trong cuộc phải dừng lại để kiểm chứng và tính sổ những chủ đích của

Dự án 4000. Số rất đông của những nhóm bảo lãnh tư nhân và – quan trọng hơn – sự tận tâm làm việc của những nhóm này đã đưa đến một nhận xét là Hội Đồng Quản Trị Dự án 4000 có thể làm việc hiệu quả hơn nếu chỉ nên chú trọng vào việc giúp đỡ và phối hợp các hoạt động mà thôi. Mặc dù Dự án 4000 vẫn giữ được cấu trúc ban đầu của nó, cấu trúc đó đã biến dạng để trở thành một kho tàng trữ trung ương – từ thông tin, đồ vật, dịch vụ và đôi khi đến sự giúp đỡ về tài chính ở một tầm vóc nhỏ - trên đó hàng trăm nhóm bảo lãnh năng động có thể sử dụng để giúp ổn định nhanh chóng việc định cư của những người tị nạn. Nhóm cơ quan trách nhiệm của Dự án 4000 thiết lập và bảo trì một hồ sơ trong đó có ghi danh sách những nhà cho thuê rẻ tiền hoặc miễn phí mà nhóm bảo trợ tư nhân có thể sử dụng để tìm nhà thích hợp trong vùng. Tương đương với việc này, kho chứa đồ trung ương cũng được thiết lập để cất giữ những đồ đạc và quần áo do người dân hiến tặng. Các nhóm bảo trợ và những người tị nạn có thể sử dụng những kho chứa đồ này miễn phí trong lúc chờ đợi nhà mới để dọn vào.

Tổ chức Dự án 4000 cũng trở thành một cơ quan trung gian giữa các nhóm bảo trợ và chính quyền liên bang trên phương diện đáp ứng những thủ tục hành chánh cho việc bảo lãnh. Các nhóm bảo trợ phải đăng ký với bộ di trú và phải cam kết lo về nhà ở và ăn uống cho gia đình tị nạn mà họ đã thỏa thuận bảo lãnh trong vòng một năm và họ phải trình báo cáo tiến triển. Trong khi đó, Dự án 4000, được coi như một tổ chức từ thiện, cung cấp thông tin về những điều lệ phải làm, biên lai khai thuế cũng như cố vấn cho những khúc mắc về các thủ tục hành chính.

Có hai khía cạnh khác về phương diện điều hành đáng được nhắc đến. Dự án 4000 tuy là một dự án được giới truyền thông nói đến nhiều nhất ngay từ lúc đầu, dự án này không phải là dự án đầu tiên mà cũng không phải là dự án duy nhất hoạt động tích cực trong việc trợ giúp người tị nạn từ Việt Nam, Cam Bốt và Lào tại Ottawa. Đã có nhiều cộng đồng tôn giáo có mặt với những chương trình cứu trợ được bắt đầu từ trước khi cuộc khủng hoảng thuyền nhân nổ bùng vào mùa xuân năm 1979. Nhóm nhà thờ Mennonite, Ottawa Mennonite Church chẳng hạn, hoạt động rất tích cực trên vấn đề người tị nạn. Ngoài ra cón có hai cơ quan khác – Tổ Chức Dịch Vụ Di Dân thành phố Ottawa-Carleton (OCISO) và Trung Tâm Dịch Vụ Thiên Chúa

Giáo về Di Dân (CIS) – đã hoạt động giúp đỡ việc định cư cũng như về tư vấn cho những người tị nạn, một phần của sứ mệnh giúp đỡ người di dân của hai tổ chức này. Riêng hội CIS hoạt động trong lãnh vực này cả mấy chục năm nay. Dự án 4000 ghi nhận sự có mặt về khả năng và kinh nghiệm to tát của các hội trong vùng và đồng thời các hội đoàn tôn giáo cũng hoan nghênh tầm ảnh hưởng và tài nguyên mà Dự án 4000 mang đến cho những công việc chung.

Ông Tony Enns, người đã từng là thành viên của hội đồng lo về chương trình giúp người tị nạn của hội Mennonite, đã có lần chia sẻ rằng những người trong hội đồng Mennonite luôn coi Dự án 4000 như một tổ chức thân thuộc cùng làm việc với một mục đích chung. Và có những người khác cũng đồng ý với cái nhìn của ông. Bà Pat Marshall, lúc đầu là thành viên của nhóm bảo trợ công giáo địa phương và sau đó làm việc cho tổ chức OCISO với tư cách ủy viên cố vấn, nhớ lại việc giao tiếp hoàn hảo giữa các cơ quan bảo trợ. Không có việc tranh giành ảnh hưởng về địa hình, một cơ quan luôn tìm cách giúp đỡ và hỗ trợ những cơ quan khác và chính nhu cầu của những người tị nạn là trọng tâm chính trong công việc bảo trợ.

Việc chú trọng vào nhu cầu người tị nạn cũng ảnh hưởng đến các hoạt động khác của Dự án 4000. Và như đã nói ở trên, khi chính phủ ông Clark thông báo nhà nước sẽ tăng số người được bảo lãnh vào Canada vào tháng 7, chính quyền sẽ đáp ứng bằng cách nâng số người tị nạn được bảo lãnh bởi chính phủ bằng với số người được các nhóm tư nhân bảo lãnh. Và với sự lựa chọn và giải quyết đơn xin tị nạn ngày càng nhanh chóng hơn, số người tị nạn bắt đầu đến Canada mỗi lúc một tăng. Vấn đề ai bảo lãnh ai hay vấn đề phải giới hạn những nỗ lực bảo trợ vào nhóm tư nhân hay nhóm nhà nước không còn là vấn đề quan trọng nữa. Việc chính phải làm giúp những người mới đến càng hiệu quả càng tốt để họ gây dựng lại đời sống nơi đất mới. Và nhờ vậy, những dịch vụ (công tác giúp đỡ) chung mà Dự án 4000 mang lại – như đồ đạc, quần áo và những tin tức hỗ trợ cần thiết – đều được mở rộng ra miễn phí cho bất cứ ai cần đến. Hội Đồng Quản Trị Dự án đã thật sự ý thức được lời bà Marion Dewar phát biểu trong buổi họp đầu tiên rằng Dự án 4000 ra đời "để hướng dẫn những người cần trợ giúp đến với cộng đồng chúng ta và giúp đỡ họ hội nhập nhanh chóng". Bài học đã được hiểu chu đáo và sẽ không bao giờ quên.

Chỉ trong vòng vài tháng, Dự án 4000 đã thực sự thành công và ổn định trong phận sự và công việc của mình. Dự án 4000, như đã ghi trong một bản tường trình tổng kết sau đó, "chú trọng ngay từ thời gian đầu năm 1980 vào việc hướng dẫn và giúp đỡ những nhóm bảo trợ tư nhân và đảm nhận việc huấn luyện, giúp đỡ và tư vấn cho những người tị nạn thuộc cả hai nhóm tư nhân và chính phủ ngay từ những tháng đầu tiên khi họ đặt chân đến Canada". Những sinh hoạt này đã tiếp tục gia tăng và nới rộng, nhất là trên địa hạt học nghề và tìm việc cũng như việc định cư và hội nhập của những người mới đến.

Những mất mát và những phục hồi

Mặc dù với tất cả sự giúp đỡ tận tình và tấm lòng hảo tâm lớn của các nhóm bảo trợ, đa số người tị nạn vẫn thấy vấn đề hội nhập vào đất mới mình sinh sống là gian nan và khó nhọc. Những người Hy Lạp thời xa xưa thường nghĩ là không có cái buồn đau nào to hơn buồn đau phải sống xa quê hương mình. Người ta cần thời gian, lòng can đảm và sự chịu đựng để chấp nhận được hoàn cảnh nghiệt ngã họ đã sống qua. Trên bước đường tị nạn, họ đã gánh chịu rất nhiều đau thương.

Ông Điệp, bà Tâm vợ ông, ba đứa con và người em vợ đến Ottawa vào mùa hè 1979, trong lúc Dự án 4000 đang bắt đầu vào việc.

Cái may của gia đình họ Trịnh là ngoài việc ông Điệp biết nói tiếng Anh, gia đình ông còn có một người trong họ là ông Lê Duy Cấn đã sinh sống ổn định tại thành phố mà gia đình ông Điệp định cư. Với sự giúp đỡ của ông Cấn và vợ ông là bà Vượng, việc định cư của gia đình ông Điệp ở Ottawa cũng đỡ khó khăn hơn phần nào.

Mùa đông đầu tiên thật phũ phàng. Không người nào trong gia đình ông Điệp có thể tưởng tượng ra cái lạnh phương Bắc này. Thêm vào đó, những hình ảnh ghê gớm của chuyến đi vượt biển vẫn còn lảng vảng trong đầu. Ông Điệp nhớ lại một ngày mùa đông khi ông và vợ ông đi chợ mua thức ăn. Hai vợ chồng ông mua thật nhiều trái cây đủ loại cho mùa đông, nào cam, nào chuối và các loại trái cây khác. Vì không có xe hơi mà lại phải khuân trái cây khệ nệ về apartment, ông Điệp quyết định đi tắt qua một cách đồng đầy tuyết. Lỗi to, ông Điệp nói, "tôi vừa đi được vài bước thì tôi trượt chân trên một phiến đá băng và ngã sóng sượt". Tất cả trái cây nào cam nào chuối lăn mất vào trong tuyết làm cho những ký ức của ông với khí hậu nhiệt đới qua mấy quả trái cây này cũng mất theo, lòng ông tràn ngập một cảm giác mất mát lớn không thể bù đắp được. Cảm giác đó đến thật bất chợt và ông nằm đây trong cái lạnh và ướt của tuyết, ông đã cảm nhận sâu sắc hơn nỗi tuyệt vọng của chính ông trước những gì ông đã từng một thuở yêu thích.

Gia đình ông Trịnh Vũ Điệp lần đầu tiên dự Hội Hoa Tulip tại Ottawa
(*Hình: Gift of Freedom*)

Và cũng có những chuyện khác vui hơn. Bà Tâm (vợ ông Điệp) tìm được việc làm thợ may vá và bà đã trở thành bạn của một số đồng nghiệp nơi chỗ bà làm. Trong một buổi tán gẫu ở sở một ngày mùa thu, một người bạn đồng nghiệp ngạc nhiên khi biết được là dân Việt Nam ở miền Nam Việt Nam cũng có phong tục ăn mừng lễ Giáng Sinh khắp nơi. Các bạn sau đó thôi không nói về chuyện đó nữa. Vài tuần sau, lúc lễ Giáng sinh gần kề, trong nhà ông Điệp nghe có tiếng người gõ cửa. Người trong nhà mở cửa và bà Điệp nhận ra người gõ là một người bạn cùng sở, đem đến vài món quà Giáng sinh cho các cháu, một cái giỏ đựng đầy thức ăn và một cây thông Giáng sinh nhân tạo bé. Sau này khi khá giả hơn và có nhà riêng, ông Điệp nói "chúng tôi vẫn tiếp tục dùng cây thông giả đó trong rất nhiều năm".

Nhiều khi chỉ cần một vài cử chỉ nhỏ có tính cách săn sóc cũng có thể gây ảnh hưởng rộng và lâu dài. Bà Elizabeth Rapley đã từng có mặt giúp đỡ người tị nạn từ khá lâu trước khi Dự án 4000 ra đời, bắt đầu lúc một người bạn nhờ bà giúp một thiếu phụ tị nạn người Cam Bốt đang có thai di chuyển trong thành phố Ottawa. Bà Rapley và con bà nhận lời và ba người này đã trở thành bạn. Một hôm trong lúc họ đang thăm nhau, một thiếu phụ trẻ người Cam Bốt khác ghé qua. Cô này cũng đang có thai và sắp sanh. Lúc ấy cô này thấy trong người không yên và bà Rapley, lúc đó nhớ lại hoàn cảnh của bà khi xưa lúc bà có thai và đang chờ hạ sinh con mình, đã tự động săn sóc cô gái trẻ bằng cách mát-xa dọc sống lưng của cô này. Cô trẻ này quay lại nhìn, rất cảm động. Trong một khoảnh khắc thời gian đó, cô đã cảm thấy như đang được Mẹ mình về vuốt lưng, người mẹ đã bị biến mất sau biến cố diệt chủng ở Cam Bốt. Bà Rapley sau này vẫn tiếp tục giữ liên lạc thân mật với cộng đồng người Cam Bốt và còn nhớ mãi đến những năm về sau mỗi lần gặp lại cô nàng trẻ đó, cô luôn nhắc lại kỷ niệm được bà Rapley vuốt lưng và cô đã cảm thấy như chính mẹ cô về vuốt lưng cho cô.

Ông Dương Thanh Liêm cũng còn nhớ chuyện một người tử tế mà ông đã gặp. Ông đến Ottawa vào tháng 07 năm 1983, cùng đợt với các người tị nạn Việt Nam, Cam Bốt và Lào đến sau khi Dự án 4000 chính thức chấm dứt. Mặc dù có bằng đại học ngành canh nông từ Việt Nam, ông Liêm nhận thức được là muốn kiếm việc làm tốt ông phải đi học thêm. Mặc dù được chính phủ trợ giúp và biết được thời gian trợ giúp có thể được gia hạn, ông Liêm vẫn tìm mọi cách để tự lập và tự lo càng sớm càng tốt. Chỉ sau một thời gian ngắn trong vòng xấp xỉ 2 tháng, ông đã xin vào được đại học Carleton và tìm được việc rửa chén trong một hiệu ăn. Ông đi học mỗi ngày từ 08:30 sáng đến 04:30 chiều, sau đó đi làm việc rửa chén từ 05:00 giờ đến 01:00 giờ đêm. Ông nhắc lại chuyện này với một nụ cười khi nghĩ lại là ông không có một chút thì giờ rảnh nào trong thời gian đó.

Ông Liêm tiếp tục theo đuổi chí nguyện và cuối cùng đã có một sự nghiệp thành công với chính phủ liên bang và sau ông đã được bổ nhiệm chức quản lý ngành công nghệ với Bộ Quốc Phòng. Trong những năm đầu ở Ottawa, trong lúc còn làm việc trong một tiệm ăn, ông bị đau bao tử. Bác sĩ nói ông có mụn lở trong bao tử và phải đi bệnh viện ngay để được điều trị. Khi bà bác sĩ khám phá ra là ông định đi xe buýt đến bệnh viện, bà đã quyên tiền với các người làm trung tâm y khoa và cuối cùng đã quyên được đủ tiền để "bắt" ông Liêm đi taxi đến bệnh viện. Ông Liêm đã nghe lời và sau khi lành bệnh, ông đã quay lại trung tâm này để cám ơn mọi người nhưng vị bác sĩ đó đã đi nơi khác và không để lại địa chỉ, và ông Liêm chỉ còn cách đóng góp với một số tiền cho quỹ làm việc của trung tâm y khoa này.

Còn có những chuyện vụng về không tránh được. Bà Phyllis Hardie gốc người Tô Cách Lan làm chung với một nhà thờ vùng Aylmer và nhóm này đã bảo lãnh một gia đình tị nạn Việt Nam có hai người lớn và 3 trẻ con. Bà Hardie nhớ lại tính tình lương thiện của người cha và người mẹ và cách cư xử của 3 người con, một trong ba đứa này đã trở thành bạn thân của con trai bà trong suốt thời gian học tiểu học và trung học.

Biết được bà mẹ của gia đình này không nói được tiếng Anh, bà Hardie tự nguyện dạy tiếng Anh cho bà. Sau vài lần học, bà phát giác ra là cô học trò đã học luôn cả cách phát âm của cô giáo. Sau khi nghe cách phát âm của chữ "curtain" nhiều lần, bà Hardie biết đây là mình không dìu dắt đúng đường. Hội nhập vào đời sống Canada như là một thành viên của cộng đồng Á Châu là một chuyện, nhưng hội nhập mà lại nói tiếng Anh với giọng Tô Cách Lan là một chuyện khác. Bà Hardie quyết định là bà có thể làm nhiều việc khác có hiệu quả hơn và bà đã tìm được một vị khác dạy tiếng Anh thay thế bà.

Dần dà với thời gian, những người tị nạn bắt đầu quen với đời sống mới để có thể cắm rễ nơi đất mới. Và mùa đông ở đây luôn mang đến những kỷ niệm khó quên, nhất là vào những năm đầu khi mới đến. Ông bà Nancy và Doug Umbach, từng là thành viên của Hội Tin Lành Baptist ở Hanover, Ontario, đã từng giúp việc đắc lực trong việc giúp đỡ người tị nạn. Hai ông bà kể lại là khi họ dọn về Ottawa, họ đã làm việc với Dự án 4000 và bà Umbach vẫn còn nhớ khi gặp người tị nạn mới đến, họ luôn hỏi bà : "vào mùa đông, chắc bà không bao giờ ra khỏi nhà ?".

Bà trả lời : "Chúng tôi có ra khỏi nhà nhưng chúng tôi luôn mặc thật ấm trước khi ra". Và câu hỏi tương tự luôn tiếp diễn.

Đi trượt băng trên kinh đào Rideau là cả một "cuộc mạo hiểm". Tuy thế với sự kiên nhẫn cộng thêm những khuyến khích từ những người bạn Gia Nã Đại, những người mới đến bắt đầu quen với mùa đông. Đã có một số thích mùa đông, hay ít nhất chấp nhận mùa này.

Sự tiến triển của Dự án 4000

Mặc dù Dự án 4000 đã và tiếp tục đem lại những thành quả và ảnh hưởng đáng kể trong vùng thủ đô, sự điều hành dự án đã kéo dài hơn 18 tháng. Vào mùa xuân năm 1980, đã có những thay đổi trong cơ cấu tổ chức và một ban chấp hành trong hội đồng quản trị đã được thành lập để đáp ứng với hoàn cảnh luôn đổi mới. Vào mùa hè năm 1980, người chủ động dự án đã thấy rõ là hầu hết những nhu cầu dự tính lúc ban đầu khi dự án được khởi công đều đạt được thỏa đáng. Những người tị nạn tiếp tục làm lại cuộc sống và hội nhập với đời sống mới. Và ai cũng biết là việc hội nhập này sẽ mất nhiều năm chứ không phải vài tháng và những thách đố mà người tị nạn Việt Nam, Lào và Cam Bốt đang phải đối diện cũng không khác gì những thách đố mà bất cứ người mới nào đến xứ này gặp phải. Tương tự với tiến bộ này, các nhóm bảo lãnh tư nhân cũng hoạt động rất tốt đẹp, có nhóm đã hoàn tất những cam kết, có nhóm đang phát triển khả năng và đầy đủ kinh nghiệm để đáp ứng hầu hết những nhu cầu cũng như những khó khăn gặp phải.

Ở cấp bực điều hành, những người trong ban chấp hành dự án luôn tìm ra việc hữu ích để làm. Thật vậy, họ hỗ trợ sự đoàn tụ gia đình - giúp những cá nhân tị nạn mang những người trong gia đình còn lại sang Canada và sự bảo trợ này giúp những nhóm bảo trợ tư nhân muốn bảo trợ thêm người tị nạn từ vùng Đông Nam Á. Những lý do căn bản lúc ban đầu đã bắt đầu đã không còn cấp bách, đây cũng là kết quả của sự thành công của chính dự án này. Vào tháng 5, ban chấp hành đã đóng cửa kho chứa đồ đạc bàn tủ vì nhu cầu ngày càng ít đi và một thời gian sau, kho chứa quần áo – kho này đã cung cấp quần áo cho hơn 2,600 người mới đến vào tháng

3 năm 1980 – cũng sẽ phải tự lập, nghĩa là cộng đồng sẽ đảm trách thay vì Ban Chấp Hành Dự án. Ban này có nhờ ông Alan Clarke của trường Algonquin, người đã theo dõi sự tiến hóa của Dự án 4000 từ lúc khởi đầu, khảo sát lại ảnh hưởng của việc dừng lại các hoạt động của Dự Án. Giáo sư Clarke đã đi đến kết luận mà ông đã phát biểu trước ban chấp hành tháng 11 năm 1980 rằng "tất cả những hoạt động của Dự án 4000 sẽ chấm dứt trước ngày 31 tháng 12 năm 1980 ngoại trừ một vài chức năng tài chánh đặc biệt". Hội Đồng Quản Trị ghi nhận lời khuyến cáo này và Dự án 4000 bắt đầu sửa soạn những cách thức để rút lui êm thắm.

Điều mà một tổ chức có sửa soạn ngày mà tổ chức đến thời điểm chấm dứt đã là hiếm thấy, đây lại còn đi xa hơn bằng cách khảo sát lại các công việc hoạt động của tổ chức mình.

Yếu tố chính để thực hiện việc này là nhờ vào sự thiện nguyện. Dự án 4000 đã được thành lập, thực thi và điều khiển bởi một số người tự nguyện đứng ra giúp và họ không bao giờ đánh mất hướng đi. Như bà Barb Gamble nói : "không có ai nghĩ Dự án 4000 là một tổ chức vĩnh viễn. Một khi những mục tiêu của dự án đã thành tựu, những người trong tổ chức sẵn sàng lật trang và quay lại với đời sống bình thường của họ".

Việc làm tự nguyện cho Dự án 4000 cũng biểu hiện dưới nhiều khía cạnh khác. Khi bắt đầu dự án này chỉ có vỏn vẹn một ngân quỹ bé nhỏ và không có nhân viên thường trực. Chỉ một thời gian sau cho đến khi dự án chấm dứt, dự án đã lớn mạnh với số người vui vẻ và tận tâm giúp việc thiện nguyện cho đến nguồn bảo trợ dồi dào của cộng đồng. Trong suốt giai đoạn hoạt động tích cực của dự án từ tháng 07 năm 1979 cho đến tháng 12 năm 1980, Dự án 4000 đã sử dụng một ngân khoản tổng cộng trên $1,600. Vào tháng 10 năm 1979, một tài liệu không công bố ra ngoài thẩm định số tiền tổng cộng đóng góp từ cộng đồng đã lên đến 4 triệu đồng, tức là khoảng 25 lần lớn hơn số tiền chi tiêu của Dự án 4000 vào cuối năm 1980.

Trên đoạn đường một dự án sắp sửa chấm dứt cũng có nhiều thách đố. Dự án 4000 đã cho ra một số phương thức rất canh tân trong việc dễ dàng hóa việc định cư những người tị nạn và không ai muốn thấy những phương thức này bị mất đi. Ủy Ban Dự án đã gặp gỡ những viên chức của OCISO và CIS để bàn việc trao lại bó đuốc đang cháy thay vì dập tắt nó đi. Đã từng làm nhân chứng trước những thành công của Dự án 4000 đối với những nhóm bảo lãnh tư nhân, OCISO quyết định thành lập chương trình Canadian Friends, một chương trình trong đó có các phương thức để trang bị cho những nhóm thiện nguyện người Canada. Những nhóm này đang giúp những người tị nạn do chính phủ bảo trợ để giúp những người này có đầy đủ thông tin về hệ thống mạng lưới bao gồm những cơ quan và tổ chức đã giúp đỡ những người tị nạn do các nhóm tư nhân bảo lãnh.Những phương thức khác, từ việc tài trợ các công ty có dịch vụ cho người tị nạn cho đến việc khuyến khích các nhóm bảo lãnh tư nhân, cũng có thể tìm được trong cùng nguồn tư liệu của chương trình đó.

Tờ báo thông tin cuối cùng của Dự án 4000 được xuất bản vào tháng 1 năm 1981. Vào cuối tháng đó, Hội Đồng Quản Trị (HĐQT) dự án ra thông báo đóng cửa văn phòng trung ương và chấm dứt công việc của nhân viên chủ lực. Văn thư chính thức cũng được gửi đi cho một số tổ chức và cá nhân đã làm việc và đã có cộng tác chặt chẽ với Dự Án. Tất cả các hồ sơ của dự án được gom góp lại và gửi đến nhà kho. Ban điều hành chỉ giữ lại những dịch vụ văn phòng và trả lời điện thoại. Và thành phố Ottawa tiếp tục cho phép HĐQT dùng phòng ốc của thành phố khi cần hội họp. Vào ngày 19 tháng 2, tờ Ottawa Citizen có đăng một bức thư ngỏ của ông Chủ Tịch HĐQT Dự Án, ông Romeo Malone. Bức thư đó như sau:

"Dự án 4000 là một nghĩa cử rất đẹp chưa từng có từ trước của nhân dân thành phố Ottawa trước vấn nạn thuyền nhân vùng Đông Nam Á. HĐQT dự án xin được cám ơn rất nhiều hội đoàn cũng như những nhà hảo tâm, các doanh nghiệp, báo chí, nhà thờ và những tổ chức khác đã giúp đỡ trong việc định cư các thuyền nhân. Chúng tôi mong rằng cộng đồng của những người có tâm huyết đã đứng ra đón nhận và giải quyết những thách đố mà bà Marion Dewar đã nêu ra ngày 12 tháng 7 năm 1979, sẽ tiếp tục giúp đỡ những người mới đến này và giúp họ tìm thấy chỗ đứng trong chỗ làm việc và trong cộng đồng xã hội của xứ sở Canada".

Sinh hoạt của dự án từ nay sẽ chỉ chú trọng trên việc làm nốt những việc còn lại và lo chu đáo việc sử dụng những vật liệu còn dư lại. Mặc dù ban lãnh đạo tiếp tục họp nhiều lần một năm, mọi công việc quản lý chi tiết đều do HĐQT thực thi.

Làm lại cuộc đời

Nhận xét của ông Phyllis Hardie về sự làm việc tốt của những người mới đến phản ảnh cái nhìn của đa số những người đứng ra bảo lãnh. Những người Gia Nã Đại có liên hệ trực tiếp trong việc đón tiếp những người mới đến đều có ấn tượng tốt và rất được khích lệ bởi sự quyết tâm của người tị nạn để trở thành tự túc và tự lo được cho mình càng sớm càng tốt. Đối với nhiều người mới đến, họ không đạt được chủ đích tự túc cho đến khi họ bắt đầu có chút vốn sinh ngữ Anh hoặc Pháp. Tìm được công ăn việc làm luôn là ưu tiên cao nhất cho họ. Những người nào học được một trong hai ngôn ngữ chính thức của nhà nước Canada thường thì tìm được việc khá nhanh. Ngay cả những người không nói hoặc nói ít hai ngôn ngữ chính cũng thường tìm được việc sau một thời gian ngắn.

Ông Hoàng Song An, một cựu quân nhân quân lực Việt Nam Cộng Hòa (VNCH), rời Việt Nam vào mùa hè 1980 trên một chiếc thuyền nhỏ đầy người. Khi ra đến vịnh Thái Lan, chiếc thuyền bị hải tặc tấn công. Kịch chiến giữa hai bên khiến 30 trên 138 người trên thuyền bỏ mạng, bị quân cướp biển giết hoặc chết đuối trên biển. Khi những người sống sót vào được bờ, họ được đưa vào một trại tị nạn. Ông An may mắn nhờ có cô em định cư ở Canada sau khi chiến tranh chấm dứt bảo lãnh. Nhờ vậy ông An được cho phép nhập cảnh Canada khá nhanh.

Đến Ottawa vào mùa thu năm 1980, ông An lập tức tìm được việc làm trong một tiệm ăn. Khi nhìn lại đoạn đường đi qua, ông An nghĩ có thể tốt hơn nếu ông chọn đi học ngoại ngữ thay vì đi làm tuy ông có trình độ khá đủ về tiếng Anh. Và trên tất cả mọi thứ khác, ông An muốn kiếm được tiền ngay để trả nợ cho cô em và để bảo lãnh cho người vợ chưa cưới vẫn còn ở Việt Nam. Trong lúc việc trả nợ được tiến hành tốt đẹp, vấn đề bảo lãnh người vợ chưa cưới có thể mất rất nhiều năm. Với một bà mẹ bị bệnh ung thư và một người bố còn đang bị giam giữ với tư cách tù chính trị, người vợ chưa cưới của ông đã quyết định ở lại. Ông An trong thời gian đó tiếp tục làm việc và bảo lãnh được bố mẹ và người em trai cùng gia đình của người em. Và cuối cùng, vào năm 1992, tức là 12 năm sau khi ông An rời Việt Nam, ông đã làm đám cưới với người vợ chưa cưới của mình và gia đình ông dọn về trú ngụ trong căn nhà của ông. Hai ông bà có hai cháu gái thông minh và linh hoạt và giờ đây là những mầm non đầy tương lai dưới mắt ông An. Trong suốt thời gian đó, ông tiếp tục kiên nhẫn làm việc các ngành tiệm ăn, tự mình kiếm sống và không nhờ vả hay đòi hỏi gì khác từ xã hội Canada ngoài việc cho ông có cơ hội làm việc chăm chỉ và gầy dựng lại cuộc sống của mình.

Tinh thần kiên nhẫn phấn đấu này không chỉ có trong thế giới của công ăn việc làm. Anh Nguyễn Trương Hà Phương và người em trai đến Ottawa vào mùa hè năm 1979 và được gia đình ông bà Hughes giúp đỡ tận tình (không qua chương trình bảo lãnh chính thức). Bà Hughes nhớ lại việc tổ chức buổi diễn hành ở thành phố Cumberland, diễn hành đánh dấu Năm Quốc Tế Của Trẻ Em. Bà muốn làm một cái thuyền trưng bày sự đa dạng của trẻ em trên toàn thế giới cho buổi diễn hành và có nhờ ông Lê Duy Cấn giúp. Ông Cấn đề nghị anh Phương và em của Phương giúp. Và để sửa soạn cho buổi diễn hành, bà Rita mời hai anh em Phương về nhà họ. Sau buổi diễn hành, bà nghĩ là ai cũng sẽ về nhà nấy nhưng bà ngạc nhiên khi quay về nhà thì thấy hai anh em Phương và các con của bà đang đi xe đạp với nhau và chơi đùa với nhau rất vui vẻ. Và vì nhà có dư một phòng ngủ trong căn nhà cũ, ông bà Hughes mời hai anh em Phương dọn về nhà bà và từ đó gia đình ông bà Hughes trở thành những người bảo lãnh chính thức của hai anh em anh Phương.

Anh Phương nói được một chút tiếng Pháp nhưng biết rất ít tiếng Anh, và tự ghi danh vào mùa thu ở trường đại học Ottawa ngành kỹ sư. Anh còn nhớ ngày đầu đi học và nghe thầy giảng nhưng hiểu rất ít. Qua hết mùa thu, anh học rất chăm và cố gắng trau dồi Anh ngữ. Mùa giáng sinh đến và qua học bạ nhận được, anh đã thi hỏng hầu hết những kỳ thi giữa khóa.

Anh tiếp tục cố gắng học cho đến hết năm. Nếu điểm không tăng anh sẽ quyết định bỏ học và ra đi tìm việc làm. Vào tháng tư, anh nhận được điểm thi của nhà trường, và được thông báo là tên anh nằm trên bảng danh dự của ông Khoa Trưởng. Anh tiếp tục học và thi đỗ với bằng kỹ sư điện.

Đa số những người mới đến, kiếm được công ăn việc làm là điều quan trọng, không những vì đó là một bước tiến lớn đưa đến sự ổn định mà còn là một phương tiện tạo dựng lại sự tự hào cần thiết trong cuộc chen chân với xã hội mới là lòng tự trọng và phẩm cách cá nhân. Thái độ chung của mọi người là làm việc gì cũng được còn hơn là thất nghiệp. Rất ít người tìm được việc đúng ngành mình đã chọn học, phần lớn chấp nhận công việc khác với ngành mình học. Như ông Điệp, với bằng cao học về quản trị kinh doanh, tìm được việc dạy học tiếng Anh ở một trường dạy về thương mại kinh doanh. Vợ ông, bà Tâm, cựu giáo sư ở Việt Nam, làm nghề sửa quần áo. Rất ít người than phiền. Đa số tỏ lòng biết ơn với những cơ hội được có việc làm để đi đến tự túc ổn định nơi đất mới, nơi đón mời họ như một người tị nạn.

Chướng ngại lớn nhất mà người tị nạn phải đương đầu chắc chắn là vấn đề ngôn ngữ. Không nói được những ngôn ngữ chính thức của Canada, đa số người tị nạn bị bắt buộc phải sống trong cộng đồng của mình, bên lề của một xã hội rộng lớn hơn. Với thời gian, những người mới đến vượt qua được trở ngại và bắt đầu một cuộc hành trình lớn trên đường hội nhập, một hành trình đòi hỏi người tham gia phải có nhiều sáng kiến, phải chịu khó và chăm làm việc.

Sự kết thúc của Dự án 4000

Chấm dứt dần những cam kết tài chính cho thấy việc đó phức tạp hơn là việc dự đoán những cam kết đó. Là một tổ chức có tính cách thiện nguyện, Dự án 4000 bị bắt buộc phải tiếp tục cho đến khi những trách nhiệm pháp lý của mình được hoàn toàn thành tựu và những tài sản của mình được sử dụng hoàn toàn hoặc giao toàn công việc và trách nhiệm mình cho một tổ chức khác đảm nhiệm. Tuy giai đoạn điều hành dự án đã được thực hiện, tổ chức Dự án 4000 năm 1980 có một tài sản có trị giá $115,000.00. Những đóng góp đến từ khắp nơi, gồm có đóng góp cá nhân và đóng góp từ các tổ chức. Giấy biên nhận trừ thuế đã được làm và gửi đi. Riêng những đóng góp lớn, những bản báo cáo đầy đủ hơn về những chi tiêu đã được biên soạn và phát tán. Và tổ chức Dự án 4000 (DA4000) tiếp tục làm trung gian giữa những nhóm bảo lãnh tư nhân và chính phủ liên bang trên tất cả những hồ sơ dính dấp đến các vấn đề hành chính. Thêm vào đó có một chút phức tạp khác. DA4000 tự mình cũng có giúp tài trợ cho một số nhóm bảo trợ và một số chương trình giúp người tị nạn trong hơn 18 tháng qua. Mặc dù số tiền bảo trợ này không lớn, tất cả số tiền đó vẫn phải được cho vào kế toán và thống kê. Sau khi tham khảo ý kiến của các chuyên gia về luật, ban điều hành DA4000 quyết định cho DA4000 tiếp tục "sống" thêm trong một thời gian ngắn nữa và đây được xem như là giải pháp tốt nhất.

Mục đích lúc đầu muốn chấm dứt DA4000 vào cuối năm 1981 cho thấy là không thể thực hiện được. Việc quản lý chương trình bảo trợ đòi hỏi nhiều thời gian và công sức. Thêm vào đó, có hơn 80 nhóm bảo lãnh tư nhân tiếp tục hoạt động đến gần cuối năm 1981 – và dĩ nhiên những hoạt động này dựa trên những đòi hỏi báo cáo hành chính cũng như việc cung cấp biên nhận trừ thuế. Một số các nhóm bảo trợ đã có dự định là họ sẽ tiếp tục làm việc cho đến 1982.

Và rồi cuối cùng những trách nhiệm tài chính đã đòi hỏi DA4000 tiếp tục thêm 18 tháng nữa. Vào mùa xuân năm 1983, có thể nói là hầu hết những cam kết của DA4000 đã được hoàn thành và đồng thời đa số những tài sản của DA cũng đã được phân phối. Phần ít còn lại được giao cho những chương trình định cư người tị nạn - phần lớn qua OCISO - và những phí tổn liên hệ đến việc chấm dứt dần của dự án. Một thông báo chính thức đã được gửi đi ngày 21/9/1983 thông báo trước sự chấm dứt của DA4000 sẽ có hiệu lực từ ngày 30/12/1983.

Trong khi thông báo cho biết ngày chấm dứt chính thức của DA4000, một số người liên quan tới Dự án và đã đóng góp cho DA đã tự ý đánh dấu thành quả này một vài tuần sớm hơn. Vào ngày 6 tháng 9, một buổi tiếp tân đã được tổ chức tại Rideau Hall, tư dinh của ngài toàn quyền, và tại đây người ta đã vinh danh những người trực tiếp tham dự DA4000. Có khoảng 200 người tham dự buổi tiếp tân này và con số này cho thấy DA4000 đã tạo ra một mối giây liên hệ mật thiết giữa nhiều người trong vùng này.

Trong số những người được đặc biệt lưu ý tới và được đặc biệt vinh danh có bà Eleanor Ryan, thành viên đầu tiên của Hội Đồng Quản Trị và cũng là vị chủ tịch đầu tiên và duy nhất. Eleanor Ryan đã tham dự vào DA4000 ngay từ lúc DA ra đời, đã phụng sự qua nhiều khả năng và chức vụ khác nhau, đã dìu dắt tổ chức qua nhiều thách đố chia rẽ nội bộ cam go và tế nhị và bà đã chứng tỏ là một người làm việc không biết mệt, có hiệu quả, và hoàn toàn để hết tâm huyết vào việc giúp đỡ những người tị nạn. Trong lúc tổ chức DA4000 tiếp tục được sự hỗ trợ cho đến phút cuối, chính bà Ryan là người đã cáng đáng giải quyết rất nhiều vấn đề đưa đến sự thành công của một tổ chức thật sự đặc biệt và phức tạp. Tấm bảng danh dự mà bà Ryan được trao trong buổi tiếp tân vẫn còn được treo lên ở một chỗ vinh dự trong phòng khách nhà bà.

Những điểm son đáng ghi

Hành trình của một người nhập cư từ lúc đặt chân đến xứ sở này cho đến khi ổn định và hội nhập hoàn toàn là một cuộc hành trình vừa khó khăn vừa dài. Trên đại lộ đó, những người tị nạn không dấn bước với cùng một vận tốc. Mục đích thì rất rõ rệt và từng bước một, họ phấn đấu để đi đến đích. Một điểm son đáng ghi nhớ trên bước đường nhập cư này là lúc người tị nạn được chấp nhận và mời đi lãnh bằng công dân Gia Nã Đại.

Em Huỳnh Minh đến Ottawa vào tháng 9 năm 1979, em là một người trong gia đình đông con trốn khỏi Việt Nam bằng thuyền. Bố mẹ em Minh nói với em, lúc đó 13 tuổi, là gia đình đi nghỉ mát, để tránh cho các con nhỏ sợ hãi. Cần nhiều năm sau chúng mới hiểu được những hiểm nguy mà gia đình đã trải qua trong cuộc vượt biển.

Ba năm sau khi đến Canada, gia đình họ Huỳnh được xem là đủ tư cách trở thành công dân Canada. Và đây là những gì em Minh tả lại sự kiện: "Ngày 15 tháng 10 năm 1982 là một ngày đáng ghi nhớ cho gia đình tôi. Vào ngày đó, cả nhà diện quần áo mới, giầy mới và đầu tóc chải tươm tất. Chúng tôi rất vui, rất hứng khởi và hãnh diện. Ngày đó là ngày chúng tôi tuyên thệ để trở thành công dân Gia Nã Đại, chúng tôi sẽ là những công dân tự hào. Khi ngài thẩm phán tuyên bố chúng tôi giờ đây chính thức là công dân Gia Nã Đại, cả nhà reo lên vui mừng và chúng tôi ôm lấy nhau để chúc mừng lẫn nhau. Chúng tôi không còn là người tị nạn nữa...Vào lúc đó, chúng tôi biết chúng tôi hoàn toàn tự do, tự do đi, tự do nói, làm việc, có gia đình và có giấc mơ như người Gia Nã Đại. Trong tâm hồn chúng tôi dâng lên một niềm vui, một cảm giác nồng nàn. Đó là một thứ cảm giác mà chúng tôi sẽ không bao giờ quên”.

Em Minh vẫn còn nhớ đến hôm đó như một khoảnh khắc thay đổi hẳn đời mình, quan trọng không kém gì lúc lấy vợ và lúc vợ hạ sanh đứa con đầu lòng. Và Minh không có một chút nghi ngờ gì về quyết định của bố mẹ mình khi rời bỏ Việt Nam với muôn sự rủi ro. Và như Minh đã nói, “cuộc sống thật đáng trân quý nhưng đạt được tự do thì thật vô giá”.

Keo Khamphoune, với chồng cô là Bounkeo và hai con nhỏ, bỏ xứ Lào ra đi vào năm 1976. Sau 3 năm sống trong một trại tị nạn ở Thái Lan, cả gia đình cô được chấp nhận nhập cư Canada. Keo vẫn còn nhớ mãi buổi lễ hôm cô được trao bằng công dân Gia Nã Đại đã tạo cho cô những giây phút rất cảm động. Những giây phút đó đã có những tác động mạnh và cảm xúc đó đã in sâu vào tâm khảm cô. Cô còn nhớ rất rõ những dòng suy nghĩ hôm đó trong đầu khi cô tuyên thệ, “giờ đây chúng ta đã được tự do, giờ đây chúng ta là con dân của xứ sở này”.

Dĩ nhiên không phải bước đường hội nhập của ai cũng trơn tru, cũng có những người gặp phải những khó khăn cản trở. Trong vấn đề công ăn việc làm, họ là những người bị ảnh hưởng trước tiên khi kinh tế khó khăn. Vì là những người thuộc thành phần thiểu số dễ bị nhận diện vì bản sắc và màu da, người Đông Nam Á trở thành đối tượng của những đối xử có tính cách kỳ thị và phân biệt. Thêm vào đó, cấu trúc và liên hệ gia đình phải đối đầu với những sức ép mới khi cá nhân của những cấu trúc đó phải cố gắng vươn lên trên những khó khăn bao gồm nào là sự rời bỏ quê hương, sự mất mát của những người thân chết hay phân tán trên bước đường tị nạn và ảnh hưởng của văn hóa và giá trị truyền thống của Bắc Mỹ khác với liên hệ và tập quán cổ truyền của người tị nạn.

Tuy phải đương đầu với những thách đố và khó khăn, người mới đến xứ sở này rất chịu khó và họ làm việc rất siêng năng. Họ làm việc chăm chỉ để giữ được việc và họ chăm lo đời sống cộng đồng và giúp đỡ những người khác kém may mắn hơn mình.

Chân ướt chân ráo vừa đến xứ sở này được vài tháng, ông Điệp dã tự nguyện bỏ ra vài giờ cuối tuần làm việc thiện nguyện trong một trung tâm dưới phố giúp những người mới đến. Ông nhớ lại những giây phút phấn khởi tìm được trong việc dạy Anh ngữ cho những người mới đến. Tuy ông không được lương tốt trong công việc dạy học này, ông thấy việc làm này mang lại cho ông nhiều hạnh phúc trong việc giúp đỡ các học sinh, nào là từ việc góp ý kiến trong việc trả lời những câu hỏi mà họ có thể sẽ phải đương đầu trong cuộc phỏng vấn thí sinh tìm việc cho đến việc chuyên chở những học sinh mới đến những nơi có thể cho họ công ăn việc làm.

Ông Điệp dặn dò học trò hai điều căn bản: đừng bao giờ đi trễ giờ cho một cuộc phỏng vấn và phải luôn trau giồi tiếng Anh. Ông Điệp nhớ lại tường tận một đoạn thời gian mà cả hai điều ông căn dặn học trò đã không làm được. Số là ông dùng một cái xe hơi cũ để chở 3 trong số những học trò của ông – một học trò người Nicaragua, một người Lào và một người Hungary – đi nộp đơn xin việc làm trong một xưởng sửa xe vận tải. Trời hôm đó mưa to và đi được nửa đường thì xe tắt máy. "Các anh là thợ máy cả" ông bảo, "hãy sửa xe tôi đi". Cả ba cậu học trò ra ngoài mưa, dựng nắp đậy máy xe lên và bắt đầu sờ bộ phận này, thử bộ phận kia. Một cuộc bàn tán bằng 4 thứ tiếng đã diễn ra, nào Anh, nào Tây Ban Nha, nào Lào và Hung Gia Lợi. Cuối cùng một trong 3 học trò thò đầu qua cửa xe và nói: "Hãy xem xe còn xăng không". Hóa ra thế thật, xe hết xăng chứ không có hư hỏng gì cả.

Đến chỗ phỏng vấn trễ, ông Điệp phải xin lỗi rối rít với ông quản lý xưởng xe, nhận hết lỗi về mình và xin cho học trò không phải chịu lỗi. Ông quản lý cuối cùng chấp thuận phỏng vấn cả ba. Ông Điệp đinh ninh rằng người chắc chắn không được việc là cậu học trò người Hungary dù anh ta có nhiều kinh nghiệm nhất nhưng tiếng Anh quá kém. Sau khi phỏng vấn xong, ông quản lý xuất hiện và tuyên bố cho một việc – cho anh học trò người Hung!

Trên đường về, ông Điệp hỏi học trò làm cách nào mà xin được việc. "Dễ ợt" anh học trò trả lời. "Có một anh thợ người Hung làm việc ở đó đã thông dịch cho anh ấy".

Những người mới đến khác cũng đi theo vết chân ông Điệp. Chọn sự học hỏi làm giàu hiểu biết cá nhân hơn là nhắm về vật chất. Sau khi học xong, anh Nguyễn Trương Hà Phương tìm được một số việc tốt và làm kỹ sư điện trong một hãng điện tử đang phát triển và chẳng bao lâu sau anh Phương được thăng cấp và được hãng ghi nhận về những đóng góp của anh. Sau vài năm, anh Phương quyết định muốn "làm công việc được tiếp xúc với nhiều người, nhất là những người cần sự giúp đỡ". Sau đó anh tìm được việc làm cố vấn ngành phúc lợi và dịch vụ xã hội cho thị xã và đồng thời giúp thông dịch cho các bộ phận tư pháp và hành chính khi người ta cần đến anh.

Đối với phần lớn những người mới đến, lo cho con cái có chỗ học hành chắc chắn là một mục tiêu quan trọng trong việc làm lại cuộc đời của họ. Trong những lý do đưa đến quyết định từ bỏ quê hương ra đi, những thuyền nhân thường lập đi lập lại nỗi lo âu của họ về tương lai của con cái. Những người tị nạn dù đã chuẩn bị sẵn sàng sống trong sự áp bức và thiếu thốn cực kỳ cho họ nhưng họ không thể chấp nhận số phận đó cho con cái họ. Những người mới đến, thấy con cái mình học hành tốt nơi trường học là một bằng cớ chứng minh quyết định trốn đi của họ là đúng và đã cho họ một hy vọng là đời sống ở Canada sẽ mang lại một tương lai sáng sủa hơn nếu không cho chính bản thân họ ngay tức khắc nhưng cuối cùng cũng sẽ đến, và một cách gián tiếp, qua tương lai các con họ.

Bầy trẻ chắc chắn đã học được bài học đó. Chúng hòa nhập nhanh và dễ dàng vào hệ thống giáo dục Canada, học hành siêng năng và thường đứng đầu lớp trong các môn học. Các thầy cô người Canada nhớ đến những trò này với tất cả sự trân quý. Qua thời gian, một số đông học xong trung học và có rất nhiều em tiếp tục học và đậu những bằng cấp cao hơn và những chứng chỉ nghề nghiệp. Đối với đa số những người lớn tuổi, một phần có lẽ bị cản trở bởi những khó khăn về ngôn ngữ, sự thành công rõ ràng của đám trẻ hậu duệ đã đem đến cho họ một niềm vui.

Câu chuyện của mỗi người mỗi khác và cá biệt nhưng cũng có điểm giống nhau. Katherine Nguyễn Thanh Vân đến Canada vào năm 1980 với chồng và một đứa con tròn một tuổi qua chương trình bảo trợ của tỉnh bang Québec. Cuộc sống bắt đầu khó khăn khi cả hai vợ chồng phải hội nhập vào một văn hóa khác biệt, rồi những mùa đông Canada, rồi phải xa cách bỏ lại tất cả những gì họ đã quen. Họ đã kiên nhẫn phấn đấu và dần dà làm lại cuộc đời. Sau 7 năm sống ở Montréal có thêm 2 con, gia đình cô dọn về Ottawa và cuộc sống lại phải làm lại lần nữa. Mặc dù gia đình cô thành công và làm ăn khá giả, tai ương đã xảy đến khi chồng cô chết bất thình lình và cô đã phải tự nuôi 3 con trẻ và dù với tất cả những trở ngại khó khăn đó cô đã vượt qua được và dìu dắt 3 đứa con học xong trung học. Niềm hãnh diện của cô trên sự thành công của 3 đứa con mình – nhất là của đứa con út đã được đại học chọn để tham dự một cuộc thi quốc tế ở Thái Lan – rất rõ rệt khi cô nhắc lại những giây phút huy hoàng cũng như những giây phút đầy thử thách của đời cô.

Đức Giám Mục Plourde và anh Huot Tea
(*Hình: Gift of Freedom*)

Đối với một số những người tị nạn khác, cuộc hành trình tuy dài nhưng đã dẫn họ tới những điểm đến như có một phép lạ. Huot Tea đến Canada vào tháng hai năm 1979, được ông Giám Mục J.A. Ploude, Chánh Tòa Giám Mục công giáo địa phận Ottawa bảo lãnh. Huot, lúc đó mới 17 tuổi, là một đứa trẻ mồ côi sau cuộc thảm sát tập thể ở Cam Bốt. Gia đình Huot lúc đó có bố mẹ, một anh trai và chị gái. Cả bố mẹ và một chị gái đã chết và Huot mất liên lạc với những người còn lại trong gia đình. Lập lại cuộc sống mới ở Canada, Huot đậu được một bằng cấp tại đại học Ottawa, và tiếp tục học về ngành điện toán, lấy vợ và tìm được một chỗ đứng cho mình trong một đất nước mới. Vào năm 2000, một người bạn từ Montréal cho Huot biết là anh ta đang tính về thăm Cam Bốt. Huot đưa anh ta một tấm hình và nhờ anh ta đăng tin lên báo và mong rằng sẽ có người thân đọc được. Chỉ trong vài ngày, đã có một người đàn bà liên lạc với anh bạn của Huot và tự xưng mình là cô của Huot. Cô ta cho biết là hai bà chị của Huot đã sống sót và hiện nay đang sống ở Montréal và Toronto. Hai chục năm sau khi gia đình Huot tan nát, Huot và hai chị đoàn tụ. Cả hai bà chị đều có con cái và cả 3 gia đình giờ đây thường xuyên gặp nhau.

Nhìn lại

Đối với những người đã tham dự, gồm dân địa phương hay người mới đến, DA4000 là một điểm sáng, một chương trong cuộc đời của họ vẫn đang tiếp tục tỏa sáng cho dù những năm tháng qua đi. Các nhà bảo trợ vẫn nhớ mãi cái thời điểm lúc sự kêu gọi mời mọc tham dự bắt đầu: mời họ đi sâu vào và khám phá ra những gì họ vẫn hằng tin tưởng và thực hiện những tin tưởng đó không phải để tỏ vẻ mình là anh hùng mà là để đương đầu với những thách đố trong đời sống thường nhật; để gặp gỡ và ôm ấp được những người lạ đang cần sự giúp đỡ; và, để cuối cùng khám phá ra rằng những người lạ đó chẳng phải là người lạ nào cả. Đối với bà Pat Marshall, "đó là một điều đáng kể trong kỷ nguyên vàng son này. Hành động của con người được phát xuất từ lòng thương người. Đó là lúc mà tiếng cầu cứu của người lạ được nghe đến với nhiều cảm tình và sự tôn trọng". Một điều thường được các nhà bảo trợ nhắc đến là sự hài lòng của họ đến từ những việc làm do chính họ đề xuất để giúp những người mới đến vượt xa những phí tổn mà họ đã chi ra. Ông Peter Wiebe của nhà thờ người Mennonite ở Ottawa (OMC), nhớ lại: "đứa bé nhất trong gia đình đầu tiên được OMC bảo lãnh chỉ có 8 đến 10 tuổi rất hay thẹn thùng và rụt rè. Vài năm sau, tôi đi xe buýt một hôm về nhà sau ngày làm việc, bỗng nhiên có một người nhường chỗ ngồi cho tôi với một nụ cười tươi và từ ngạc nhiên đến vui mừng, tôi nhận ra cô bé gái dạo nào, nay đã là một cô gái trẻ, và cô cũng không quên chia sẻ sự vui mừng khi thấy tôi. Cô vui ra mặt và nói huyên thuyên, bộc lộ sự biết ơn của cô về những nỗ lực của chúng ta, nhiều hơn là lời nói có thể diễn tả được".

Những người tị nạn, trước khi là người tị nạn, cũng đã có những giây phút cam go. Quyết định ra đi đã là khó, giống như một cuộc đánh cá tuyệt vọng bằng chính mạng sống của mình và đôi khi của con cái họ, để chỉ lấy được chút hy vọng xa vời và mỏng manh. Việc định cư ở Canada cũng có cái giá của nó, và cho những ai không hội nhập được cái giá này có thể không nhỏ. Tuy vậy, niềm tin vững chắc rằng họ đã chọn đúng đường đi vẫn là những lời phát biểu thường được nghe nói tới từ những người đến từ vùng Đông Nam Á. Đó không chỉ là sự an ninh và sự thành công mà họ và gia đình họ bây giờ đang hưởng và đang giữ vững niềm tin này, vì từ các mối liên hệ giữa người bảo trợ và người tị nạn còn có những sợi giây liên kết được phát sinh và tiếp tục duy trì đến ngày nay. Những thành viên trẻ được gia đình ông Pike bảo trợ vẫn tiếp tục gọi họ là "Dì Sue và Chú George" cũng như anh Nguyễn Trương Hà Phương vẫn tiếp tục gọi bà Rita Hugues là "Mẹ", nói lên được sợi giây liên kết đó.

Và cũng trong số những người mới đến có một tình cảm biết ơn sâu xa đối với chính phủ Canada và người dân Canada đã cưu mang họ và cho họ một cơ hội làm lại cuộc đời. Và khi họ nhìn lại những thành quả mà chính họ thâu lượm được, cũng như thấy đám trẻ hậu duệ con cháu đang dấn thân thành công trong đời sống Canada, và khi họ nhìn lại những cội rễ sâu xa mà họ đã ươm trồng trong vùng đất mới Ottawa, những người tị nạn đến nước này có thể được coi là những công dân hãnh diện nhất của xứ sở này.

Có một câu chuyện nhỏ đáng ghi nhớ. Cách đây vài năm, anh Chamroeun Lay đem 2 con về thăm Cam Bốt. Cuộc viếng thăm này rất quan trọng cho anh ta vì sau đó anh đã tìm lại được một số bạn bè và họ hàng gia đình mà anh đã không gặp trong nhiều thập niên. Mấy đứa con anh, mặc dù ngạc nhiên khám phá được những khó khăn mà những người trẻ cùng tuổi phải gánh chịu để sống còn, cũng học hỏi được rất nhiều. Sự khác biệt giữa cuộc sống thoải mái ở Canada và cuộc sống mà người trẻ Cam Bốt phải đối đầu trong đời sống thường nhật là một bài học cho mấy đứa trẻ và chúng sẽ không coi cuộc sống của mình ở Canada là một cái gì tự nhiên mà có nữa. Và cứ thế, càng ở lâu ở Cam Bốt, họ càng cảm nhận được là họ không còn là người ở đây mà chính họ đã trở thành những người xa lạ trên mảnh đất đã sinh ra mình. Mọi việc đã thay đổi quá nhiều từ khi anh Chamroeun bỏ xứ ra đi vào giữa năm 1979.

Và khi chuyến bay đáp xuống Vancouver, trên đường về Ottawa, anh Chamroeun nhớ lại là anh đã tự thốt lên câu: “Tôi đã về đến nhà”.

Kết quả

DA4000 đã khởi động hướng dẫn và thúc đẩy những động lực nhân bản của người dân Ottawa, thu hút cả trăm người tình nguyện giúp tổ chức vận hành và khích lệ cũng như trợ giúp hàng ngàn nhà bảo trợ tư nhân trong những nỗ lực của họ đón chào những người tị nạn Đông Nam Á và giúp những người mới đến làm lại cuộc đời. Chung cuộc, từ ý kiến ban đầu của bà Marion Dewar, bà đã hoàn tất được những gì ? Và như chúng ta đã biết, việc bà đã hoàn tất được rất khả quan.

Ở thời điểm có thể kiểm chứng được, DA4000 đã trở thành công cụ chính trong việc định cư và ổn định nhiều ngàn người Canada mới trong vùng Ottawa. Đến tháng 10 năm 1983, DA4000 đã phụ giúp các nhóm bảo trợ tư nhân đem đến thành phố gần 2,000 người tị nạn. Khoảng 1,638 người nữa đến với chương trình bảo trợ của chính phủ. Trên 3,600 người dân đến trong thời gian DA hoạt động, hàng trăm người tiếp tục đến trong những tháng năm sau đó, qua chương trình đoàn tụ gia đình với những người đến trước và nhờ vào tiếng tăm tốt được lan truyền của vùng Ottawa, vùng này được coi là có một môi trường tốt trong việc định cư và ổn định người tị nạn.

Phải nói toàn vùng Ottawa được huy động bởi DA4000. Dân tình từ những góc cạnh đa dạng của đời sống đã đến với nhau và làm việc cùng chung một mục tiêu. Láng giềng thường ít khi biết nhau và họ chỉ đủ biết nhau để chào nhau trên đường phố nay họ gặp gỡ nhiều hơn để chia sẻ những đóng góp và sự đón chào các người mới lạ vào cộng đồng mình. Việc đoàn kết xã hội đạt tới những cấp độ tốt là một việc rất ít thấy trong thời bình. Tuy việc này sẽ phai nhạt với thời gian nhưng những kết quả lợi ích của nó sẽ tồn tại lâu dài. Theo kết luận của Đức Giám Mục Plourde, Dự án đã đóng góp khả quan nhất trong việc nâng cao sự giao tiếp giữa các cộng đồng với những tôn giáo khác nhau bằng cách giúp họ gần gũi nhau trong lúc họ cùng theo đuổi một mục đích. Gần 30 năm sau, Đức Giám Mục tin chắc rằng những giao tiếp giữa các cộng đồng tôn giáo đa dạng đang tiếp tục gặt hái những thành quả này. Tuy không có gì to tát, con số đó đủ lớn để làm đa dạng hóa cấu trúc dân số của vùng, làm tăng trưởng cơ sở kinh tế và nới rộng thêm những yếu tố văn hóa Á Châu và theo như lời Giám Mục, DA 4000 đã làm "thay đổi cái nhìn của người dân Ottawa về thế giới và về những dân tộc khác".

Và DA 4000 cũng có nhiều chi tiêu, nhưng ba thập kỷ sau sự tốn kém này cũng không được phân biệt rành rọt. Theo quan điểm hiện tại, những luận cứ chống đối nổi bật nhất vào thời điểm lúc bấy giờ cho thấy những luận cứ đó sai rất nhiều. Không có chuyện vùng Ottawa tràn ngập người ngoại quốc, công ăn việc làm dành cho người Canada vẫn không mất đi với số người mới đến và phẩm chất của đời sống của những vùng lân cận nơi có người tị nạn định cư cũng tăng lên chứ không giảm bớt. Và nếu cần một trường hợp có tính thuyết phục để quảng cáo với thành ngữ "làm giỏi nhờ làm việc thiện", DA4000 và ảnh hưởng liên tục của nó trên vùng Ottawa chắc chắn đã chứng tỏ được điều đó.

Ông Elliot Tepper, một chuyên gia nghiên cứu về Á Châu học ở đại học Carleton, đã đáp ứng lời kêu gọi đóng góp cho cuộc khủng hoảng thuyền nhân bằng cách khuyến khích các đồng nghiệp trong Hội Á Châu Học Canada xuất bản sách do DA4000 bảo trợ mà những người khác có thể dùng để đào sâu sự hiểu biết của họ về văn hóa và cách ứng xử của người Đông Nam Á. Giờ đây khi duyệt lại những đáp ứng địa phương cũng như của cả nước về công cuộc cấp cứu khẩn cấp nhân bản đó, ông Tepper cho rằng việc đó có giá trị lâu dài. "Cuộc khủng hoảng tị nạn Đông Nam Á", ông nói, "làm bộc lộ những gì đẹp đẽ nhất của cá tính một dân tộc. Chúng ta đã đào sâu và tìm ra được những nguồn lực để sử dụng. Kết quả chung cuộc là sự thành công xuất sắc của xứ sở Canada. Và trong lúc chúng ta làm việc tốt cho những người mới đến cộng đồng mình, chính chúng ta là những người được hưởng lợi".

Ảnh hưởng của DA4000 cũng không chỉ bị thu hẹp trong phạm vi chính quyền liên bang vùng thủ đô, bà Flora MacDonald tả lại cách mà sáng kiến đề nghị lúc ban đầu đã phụ giúp những ai muốn nhà nước Canada gánh lấy vai trò lãnh đạo đề đáp ứng với cuộc khủng hoảng thuyền nhân. Dự án 4000 đã kích thích những phản ứng căn bản của người dân xứ này trên cả nước. Thách thức của bà Marion Dewar với các thành phố khác đã được thông báo rộng rãi, và sự thành lập của DA4000 đã thu hút được sự chú ý của phương tiện truyền thông toàn quốc. Ông Mike Molloy, người đứng đầu Toán Đặc Nhiệm Về Tị Nạn (Refugee Task Force), là một nhân vật chủ chốt trong việc khai triển và quản lý chương trình ứng xử Canada cấp liên bang trong cuộc khủng hoảng này.

"Đây là một điều chắc chắn, không có gì để hỏi thêm", ông viết, "rằng DA4000 ở Ottawa và Chiến Dịch Cứu Người ở Toronto (Operation Lifeline) là hai sáng kiến có nhiều ảnh hưởng nhất đáp ứng lại cuộc khủng hoảng "thuyền nhân". DA4000 nối kết chung lại một khu vực khá rộng về dịch vụ cộng đồng tại Ottawa, tập hợp những nhà lãnh đạo tôn giáo có nhiều ảnh hưởng ... để họ cùng có mặt và, quan trọng hơn cả, thiết lập một tiền lệ về sự tham dự của những người lãnh đạo cộng đồng cùng gánh vác một vai trò quan trọng trong việc huy động những cộng đồng của họ". Ông nói tiếp, "đặc biệt là qua sự hướng dẫn mạnh mẽ của bà Marion Dewar, và qua sự đáp ứng to lớn của công chúng trước sự lãnh đạo này, mà các nhân viên trong chính phủ Clark cũng như các dân biểu quốc hội nói chung đã chứng kiến, điều này củng cố thêm ý kiến về một cam kết vững chắc từ nhà nước Canada trong việc định cư người tị nạn Đông Dương sẽ đạt được sự ủng hộ tích cực từ người dân nói chung và từ những nhà lãnh đạo địa phương của họ."

Cuối cùng, Canada đã học được rất nhiều qua sự tham gia rộng lớn của tư nhân trong việc đón nhận, định cư và giúp đỡ sự hội nhập của những người mới đến. Một số kỹ thuật và những cách tiếp cận sáng tạo đã được đem ra thực hành, bắt nguồn từ những khởi điểm trong Dự án 4000. Quan trọng không kém là những cản trở về di trú đáng lẽ không bao giờ xảy ra cho người dân bản xứ đã được xác định và những phương tiện giải quyết có tính cách sáng tạo đã được tạo lập, nếu không giải quyết ngay được vấn đề thì ít ra cũng bắt đầu có một tiến trình để dẫn đến cách giải quyết. Kinh nghiệm của người mới đến tại Ottawa và trên khắp Canada làm dễ dàng cho hàng ngàn người ở những vùng khác trên thế giới đến sau họ.

Ngay sau khi bà Marion Dewar đề khởi ý kiến để người dân Ottawa tự giải quyết việc giúp đỡ hiệu quả người tị nạn từ Việt Nam, Cam Bốt và Lào, một phóng viên hỏi bà tại sao bà lại mạo hiểm có thể đưa đến rủi ro cho sự nghiệp của bà như thế. Trên bình diện chính trị quốc nội, bà Marion Dewar có thể mất mát rất nhiều và không có gì để thắng một cách hiển nhiên. "Đối với bà Dewar", ông ta viết, "hành động này quả thật là canh bạc chính trị. Nếu thất bại, [bà Dewar nói], tôi sẽ ngã vỡ mặt ". Nếu thành công, bà sẽ để lại cho thành phố một điều gì mà họ đã hãnh diện làm. Dù đánh giá theo tiêu chuẩn nào, sáng kiến của bà Marion Dewar đã và tiếp tục là một món quà tặng cho tất cả chúng ta. Dự án 4000 tiếp tục hiện hữu và tỏa sáng như một chương lịch sử gây nhiều cảm hứng - một cuộc trình diễn có tính thuyết phục về khả năng của những người dân bình thường trong việc gánh vác và hoàn thành những công việc một cách giỏi dang và tốt lành.

Chương 5
Phần kết

'Không có sự khôn ngoan nào bạn có thể tìm thấy lớn hơn lòng nhân từ -

What wisdom can you find that is greater than kindness' Jean-Jacques Rousseau

Những điểm tham chiếu

Năm 1982, chính phủ liên bang tài trợ một dự án khảo cứu về tình trạng của những người tị nạn từ vùng Đông Nam Á sinh sống ở vùng thủ đô. Hướng dẫn bởi một nhà chuyên môn về tâm thần học, thuộc đại học Ottawa, những phân tích gia đã trình bầy quan điểm chính của họ như sau:

'Sự cưu mang của Canada trước hoàn cảnh bi đát của thuyền nhân từ vùng Đông Nam Á, một lần nữa đã chứng minh trong những năm gần đây truyền thống nhân đạo của Canada, cung cấp một nơi trú ẩn an toàn cho họ cũng như cho những người bị đàn áp. Với Canada, giai đoạn ấy thật hứng thú và kinh nghiệm ấy thật đáng làm. Về phần người tị nạn, họ biết ơn sâu xa đất nước này đã cho họ cơ hội để làm lại cuộc đời mới. Nhưng họ đã thành công như thế nào?'

Một danh sách rất nhiều câu hỏi bằng tiếng Việt, tiếng Trung Hoa, Campuchia và Lào được gửi đến một số lớn người tị nạn để thâu thập thông tin về họ. Vào mùa thu năm 1982, chính phủ tuyển một số người thông thạo những ngôn ngữ này để phỏng vấn những người tị nạn. Vào thời điểm ấy, cộng đồng của họ có khoảng 4,100 người; 80% trong số đó định cư ở Canada chưa được ba năm. Khoảng 89% sống ở bên này sông Ottawa thuộc tỉnh bang Ontario và đa số tại thủ đô. Số 11% còn lại trú ngụ bên kia sông thuộc tỉnh bang Québec. Những điều tìm thấy cho ta một khái niệm khá rõ ràng về cuộc sống của họ ở vùng này trong những năm đầu tiên cũng như cho ta thấy những điểm tham chiếu dễ hiểu để nhận định những tiến triển tiếp theo của họ.

Tình trạng chung thì cũng vừa tốt vừa xấu. Là một nhóm di dân mới, họ đã gặp những thử thách đáng kể. Tỷ lệ thất nghiệp cao hơn ba lần tỷ lệ trung bình. Những người được tư nhân bảo trợ xoay sở khá hơn những người được chính phủ giúp đỡ. Tuy nhiên, tỷ lệ thất nghiệp vẫn cao gấp đôi tỷ lệ trung bình trong vùng. Trong những người có công ăn việc làm, đa số làm việc trong lãnh vực dịch vụ không cần tay chuyên môn hoặc trong các công ty may quần áo hay những hãng điện tử. Ngay cả những người có trình độ chuyên môn cao cũng gặp khó khăn: không đến 10% tìm được những công việc tương đương với khả năng của họ. Đa số thuộc vào thành phần nghèo; 80% những gia đình được khảo sát sống dưới mức sống tối thiểu của Canada. Hầu như toàn thể cộng đồng tị nạn mướn nhà. Ít hơn 2% sở hữu căn nhà của họ.

Khả năng dùng ngôn ngữ chính thức của người mới đến còn rất thấp và ai cũng ý thức được đây là phương tiện tối cần để giao tiếp với xã hội Canada. Mặc dù gần một nửa số người tị nạn đều đã từng học tiếng Anh hoặc tiếng Pháp, trình độ của họ rất tối thiểu. Gần ¾ số người được phỏng vấn cho biết là họ hiểu ít hơn 50% đàm thoại bằng tiếng Anh, và 8/10 người gặp khó khăn khi diễn tả bằng tiếng Anh. Với những người chủ gia đình, chỉ có 15% khẳng định là khả năng của họ thích hợp để làm công việc bằng tiếng Anh. Khoảng 30% nghĩ là họ biết đủ Anh ngữ để xoay sở được trong đời sống hàng ngày.

Ngoài những điều khách quan trên đây, đa số vẫn phải tranh đấu để đối phó với sự khủng hoảng tinh thần về những gì trải qua trong quá khứ. Hầu như ai cũng ở trong hoàn cảnh gia đình bị ly tán. Hơn 90% trên tổng số cho biết là thân nhân của họ vẫn còn bị thất lạc. Ngoài ra, sự thay đổi trong vai trò của vợ chồng, sự thay đổi trong giao tế giữa người trẻ và người già và sự cách biệt to tát giữa văn hóa Đông Nam Á, Canada và Bắc Mỹ, đều tạo thêm căng thẳng. Do đó, không là điều ngạc nhiên nếu một số lớn tỏ ra là họ buồn vì nhớ nhà, lo âu về tương lai, và cảm thấy cô đơn. Các nhà khảo cứu và phân tích quan niệm rằng những dấu hiệu trên cho thấy mức trầm cảm và lo lắng rất cao trong cộng đồng người tị nạn.

Tuy nhiên, cũng có những yếu tố tích cực của cộng đồng như nguyên tắc làm việc chăm chỉ, lòng biết ơn Canada xâu xa, cũng như ý chí mãnh liệt xây dựng lại cuộc đời. Tuổi trẻ, sức khỏe, đầu óc kinh doanh, sự hiếu học, kiên nhẫn, hy sinh, tinh thần gia đình mạnh mẽ, sự gắn bó trong mỗi quan hệ xã hội, tất cả những yếu tố này tạo nên những ưu điểm của cộng đồng tị nạn trên bước đường dấn thân vào dòng chính của xã hội Canada.

Người tị nạn cũng phát giác một giá trị khác có thể rất quan trọng đối với họ: họ ý thức được là họ đã vượt qua được những đe dọa nguy hiểm nhất và họ tin là họ sẽ không gặp những hoàn cảnh tương tự nơi quê hương mới. Họ đã sống sót qua những cơn bão lớn trong chiếc thuyền bé nhỏ trên biển cả, bò qua nhưng bãi mìn, hoặc đối phó với những kẻ bất lương ở biên giới Lào-Thái. Những khó khăn trong quá trình làm lại cuộc đời ở Canada, mặc dù lớn, nhưng họ cũng có thể vượt qua được. Có lẽ vì vậy nên tuy đa số sống dưới mức lương thấp được ấn định năm 1982 là nghèo nhưng rất ít người cảm thấy là mình đang sống trong cảnh bần cùng.

Để kết luận về thái độ của những người mới định cư trên bước đường hội nhập, cuộc khảo sát đã nhận định như sau: người tị nạn Đông Nam Á có tinh thần rất cao để học hỏi và thích ứng với môi trường mới. Họ rất nóng lòng muốn sống tự lập và trở thành những công dân tốt.

Những bước đi trong cuộc hành trình

Những năm tiếp sau, có một sự tiến bộ đáng kể nơi cá nhân người tị nạn và cộng đồng của họ. Sự hội nhập chính trị đã diễn ra nhanh chóng. Hầu như tất cả mọi người đã trở thành công dân Canada ngay khi luật pháp cho phép. Một số quan niệm việc nộp đơn xin nhập quốc tịch ngay ngày đầu tiên được luật pháp cho phép là điều quan trọng và cần thiết. Chỉ trong vài năm, họ không phải là tị nạn nữa. Họ là công dân Canada mới với những quyền lợi và bổn phận giống như bất cứ công dân khác.

Sự hội nhập về kinh tế và xã hội thì phức tạp hơn. Vì lúc mới đến định cư, họ chỉ tìm được việc làm ở mức thấp nhất nên họ đã bị thiệt thòi nhiều khi có khủng hoảng kinh tế. Kinh nghiệm chung là "vào sau ra trước". Sự sa thải trong lãnh vực công nghệ vùng Ottawa, nơi có nhiều người làm từ năm 1980 đến 1990, đã ảnh hưởng rất lớn đến họ. Toronto, Vancouver và Montréal, những thành phố có nền kinh tế đa dạng hơn và nhiều người Đông Nam Á sinh sống hơn, đã lôi cuốn một số người ở vùng Ottawa và vì thế làm chậm lại sự tăng trưởng của cộng đồng ở đây.

Mặc dù gặp nhiều thử thách, cộng đồng Đông Nam Á vẫn phát triển mạnh mẽ. Người Việt Nam có câu ca dao: "có công mài sắt, có ngày nên kim". Quê hương mới cho họ nhiều cơ hội – nhưng không bao giờ "trên một đĩa bằng bạc hay vàng". Những giá trị họ mang theo là yếu tố căn bản đã giúp họ vượt qua mọi thử thách. Những người tị nạn năm xưa cứ từ từ tiến lên. Một người trong số này đã từng hoạt động tích cực trong cộng đồng Việt Nam diễn tả như sau:

"Từ 3 đến 5 năm sau khi đến nơi, đa số người tị nạn tập trung nỗ lực của họ để làm sao sống tự túc được. Họ tìm việc làm để quen dần với cách làm việc của Canada. Khoảng sau 10 năm, nhiều người đã dựng lên được những cơ sở thương mại nhỏ. Khoảng 15 hay 20 năm sau đó, con cái của họ đã học hành thành tài và họ đã mua được căn nhà của họ".

Khi có cuộc kiểm tra dân số năm 2001, dấu hiệu cụ thể về sự tiến bộ của họ hiện ra rất rõ. Hoàn cảnh chung của họ rất khả quan. Nếu so sánh họ với những người đã định cư lâu năm ở Ottawa, họ nổi bật lên một cách đáng kể trong khoảng cách biệt với những người kia. Dựa trên căn bản kinh nghiệm trên toàn quốc và tại vùng thủ đô, sự cải tiến của nhóm này đáng chú ý vì cộng đồng của họ tăng trưởng nhanh hơn, giàu hơn và có trình độ học vấn cao hơn. Đối với những người mới định cư này, muốn tiến bộ về mặt bình đẳng với người địa phương, mức tiến bộ của họ phải tương đối cao vì ngay các mục tiêu chung cũng có khuynh hướng ngày càng tăng lên.

Cuộc kiểm tra dân số cũng cho thấy là từ năm 1982, cộng đồng tị nạn đã tăng lên gần gấp đôi – 8,700 người. Nếu nhìn chung với dân số của vùng, thì sự tăng trưởng của họ cũng không khác mấy, vì dân số vùng Ottawa-Hull cũng đã tăng lên gần 50%. Tuy thế, sự tăng trưởng của những người gốc Việt Nam, Lào hay Campuchia, cho thấy là cộng đồng của họ đang bén rễ ở Ottawa-Hull và rất năng động.

Về kinh tế ở vùng này, tỷ lệ có công ăn việc làm của những người xưa kia là tị nạn chỉ thấp hơn vài phần trăm mức trung bình chung mặc dù là tỉ lệ này khá cao. Họ không làm việc ở mức độ thấp nhất nữa, mà làm những việc đa dạng hơn. Tóm lại, số người gốc Đông Nam Á đi làm đông hơn và họ tham gia vào nhiều ngành hơn.

Số lương kiếm được phản ảnh vai trò kinh tế quan trọng hơn của họ. Năm 2001, lương của nhóm này đạt khoảng 85% mức lương trung bình của quần chúng. Vẫn còn nhiều khoảng cách giữa họ với nhau. Tất cả cộng đồng không tiến xa cùng một tốc độ và nhiều người lương vẫn còn rất thấp. Tuy nhiên, so với giai đoạn mà 80% cộng đồng của họ sống dưới mức tối thiểu thì những người dân Canada mới này đã thành công đáng kể.

Cuộc kiểm tra về trình độ học vấn cũng phản ảnh một mẫu mực tương tự, với tiến bộ trên một nền tảng rộng lớn. Cho đến năm 2001, cộng đồng đã hầu như bắt kịp trình độ học vấn của dân bản xứ. Thực vậy, tỷ số người Đông Nam Á có trình độ học vấn đại học đã vượt qua chút ít tỷ số của người dân Canada. Có những dấu hiệu tốt cho thấy có nhiều tiến bộ hơn. Trong nhóm 15-24 tuổi, tỷ lệ người trẻ của cộng đồng này theo học toàn thời gian ở các trường vượt hẳn những nhóm khác.

Tóm lại, nhìn lại những thành quả của hai thập niên trước, những người tị nạn ngày xưa, có nhiều lý do để tự hào và bày tỏ sự biết ơn. Mặc dù những thách thức vẫn còn nhưng họ đã vượt qua được những vấn đề gay go nhất. Những người Canada mới gốc Việt Nam, Lào hay Campuchia, đã không sống bên lề nữa và tiếp tục tiến gần lại dòng chính, cũng như họ có tất cả mọi lý do để tin tưởng là cái đà này sẽ không ngừng. Hoàn cảnh của năm 1982 đã thay đổi.

Lễ kỷ niệm 25 năm sau

Năm 2004, Liên Hội Người Việt Canada đã tổ chức lễ kỷ niệm 25 năm của Dự án 4000 với một buổi triển lãm những hình ảnh về những nỗ lực của thuyền nhân. Thật là một sự trùng hợp đáng kể vì triển lãm đã khai mạc nhằm ngày tưởng niệm các chiến sĩ trận vong 11 tháng 11 và đã kéo dài ba tuần lễ. Nhân dịp này, Liên Hội cũng đã tổ chức một bữa tiệc đoàn tụ ngày 20 tháng 11 cho những người thuyền nhân trước đây, các nhà bảo trợ, các thân hữu và thiện nguyện viên. Cuộc triển lãm được giới truyền thông tường thuật rộng rãi và đã lôi cuốn được nhiều người đến xem. Những hình ảnh đau thương và hào hùng của cuộc hành trình tìm tự do của người tị nạn đã làm nhiều người xúc động. Nhiều người tị nạn trước đây đã đưa con cái của họ đến xem triển lãm để thế hệ trẻ có thể hiểu biết thêm về những gian truân cũng như lòng can đảm và sức chịu đựng mà cha mẹ cùng ông bà họ đã trải qua.

Từ trái sang phải: Trịnh Vũ Điệp, Betty Bergen, Barbara Gamble, Sue Pike, George Pike, Flora McDonald, Marion Dewar, Nguyễn Thị Vượng, Christina Lubbock, Eleanor Ryan, hai vị khách, Lê Duy Cấn
(*Hình: Dương Thanh Liêm*)

Bà Marion Dewar chụp hình lưu niệm với Ban Tổ Chức và thiện nguyện viên
Từ trái sang phải: Dương Thanh Liêm, Sam Seyadoussane, Barbara Gamble, một vị khách, Eleanor Ryan, bà Marion Dewar và Lê Duy Cấn
(*Hình: Dương Thanh Liêm*)

Buổi lễ kỷ niệm này đã gợi lại nhiều phản ứng và cảm xúc nơi những người tị nạn trước đây và những người bảo trợ, từ sự tiếc thương, lòng biết ơn, sự hãnh diện, ý chí, lòng yêu thương, những kỷ niệm vui, đến sự khiêm tốn. Đối với những người tị nạn, không thể nhớ lại những gì xảy ra 25 năm trước đây mà không cảm thấy đau buồn trước sự mất mát của quê hương cũ sau nhiều thập niên chiến tranh và cái chết của rất nhiều người khi họ tìm cách thoát thân. Đồng thời, với những người còn sống sót như họ, họ biết ơn Canada sâu xa đã cho họ cơ hội để làm lại cuộc đời. Những tình cảm này đã được bà Nguyễn Minh Hương, một người tị nạn cũ, diễn tả một cách hùng biện như sau tại buổi triển lãm: "Rất nhiều người trong chúng tôi, có bà con thân thuộc và bạn bè đã trốn khỏi Việt Nam, nhưng không bao giờ đến được bến, và chúng tôi rất đau xót khi nghĩ đến họ. Quả thật, chúng tôi là những người may mắn. Chúng tôi đã đến được Canada, nhờ lòng hảo tâm của người dân Canada, của những nhà bảo trợ tư nhân. Họ đã đóng góp tiền bạc và đã mở rộng tấm lòng, cũng như nhà của họ, để nhận chúng tôi. Ngày nay, đã có những bác sĩ, dược sĩ, nha sĩ, giáo sư, kỹ sư, luật sư, chuyên viên kỹ thuật, hay những người làm những dịch vụ khác trong số chúng tôi, người đã là những thuyền nhân trước đây hay con em chúng tôi. Chúng tôi rất sung sướng có cơ hội đền ơn tất cả cộng đồng đã mở rộng vòng tay đón nhận chúng tôi, và chúng tôi rất hân hạnh được phục vụ lại cộng đồng này."

Bà Eleanor Ryan nhận bảng tri ân
(*Hình: TTNVC*)

Bà Marion Dewar nhận bảng tri ân
(*Hình: TTNVC*)

Các nhà bảo trợ cũ cũng rất xúc động. Dự án 4000 đã là cơ hội hiếm có để họ thực hiện những giá trị của họ. Vì có liên hệ nhiều hơn nên những người này cũng cảm phục và thương mến hơn những người tị nạn của họ. Những cá tính tốt như kỷ luật, kiên nhẫn, ý chí muốn thích nghi và sự quyết tâm đã đi xa hơn quan hệ hai chiều của người cho và người nhận. Những tình bạn thắm thiết đã nẩy nở và tồn tại lâu bền. Nếu lúc mới đến, những thói quen thường ngày đã gây rắc rối, thì bây giờ là những kỷ niệm vui của đôi bên. Với sự hiểu biết sâu rộng hơn về người tị nạn, và nhờ có nhiều kinh nghiệm hơn, người dân Canada đã ý thức hơn về những may mắn mà họ được hưởng, cũng như về sức mạnh mà người dân có thể tạo được khi có một mục đích chung.

Ông Russ Mills nhận bảng tri ân
(*Hình: TTNVC*)

Ông Ed Broadbent nhận bảng tri ân
(*Hình: TTNVC*)

Bà Dewar đã phát biểu như sau: "Dự án 4000 là dự án tuyệt vời của người dân chứ không phải của tôi. Tôi chỉ làm công việc hướng dẫn mọi người. Ngày nay, Ottawa là một thành phố đẹp hơn nhờ dự án này vì nó đã cho chúng ta được biết đến những gì xảy ra trên thế giới, những nơi mà nhiều người đang lâm nạn, và chúng ta đã làm được một cái gì để giúp họ. Tuy nhiên, điểm đẹp nhất trong câu chuyện này là cả nước đã cùng nhau sánh vai. Những người dân bình thường đã sát cánh và tạo nên sức mạnh mà một số nhỏ không thể làm được".

Trao đuốc cho thế hệ trẻ

Từ ngày kỷ niệm 25 năm Dự án 4000 đến nay, sự tiến bộ và hội nhập vào dòng chính của những người tị nạn trước đây đã diễn tiến không ngừng, mạnh mẽ hơn và sâu xa hơn. Dựa trên cuộc khảo sát gần đây của cộng đồng người Việt về vấn đề hội nhập xã hội và kinh tế của thành viên của họ, một vài con số đã tương phản với hoàn cảnh của năm 1982 chứng minh rõ rệt bước tiến xa của họ. Năm 2004-2005, ở vùng thủ đô, 1/3 dân số gốc Việt sinh ra ở Canada. Hầu như 97% số người của cộng đồng đã thành công dân Canada. Khả năng dùng hai ngôn ngữ chính thức cũng tăng cao, với 82% cho biết là họ thông thạo, hoặc đủ khả năng về Anh ngữ, và 34%, hay một số tương đương, biết tiếng Pháp. Về nhà cửa, hơn 73% cho biết là họ sở hữu căn nhà của họ. Hơn nữa, sự gắn bó của họ với quê hương mới rất mạnh mẽ và 88% khẳng định là cuộc sống ở Canada của họ tốt đẹp và thoải mái hơn ở Việt Nam nhiều. Chi tiết về cộng đồng Lào và Campuchia cũng cho thấy một khuynh hướng tương tự.

Thế hệ trẻ

(*Hình: Gift of Freedom*)

Tóm lại, những cộng đồng này thành công trên phương diện kinh tế và xã hội. Phần đông con cái của họ theo đuổi học vấn cao hơn và đạt được kết quả cao. Thế hệ trẻ tiến bộ không ngừng để đạt đươc vị trí xứng đáng của họ trong xã hội Canada và đóng góp vào xã hội này.

Ngoài ra, những người lãnh đạo đương thời của cộng đồng, qua những sinh hoạt như buổi hội thảo toàn quốc về lãnh đạo của thế hệ trẻ, do Liên Hội Người Việt tổ chức vào mùa xuân năm 2007 nhằm nhắc nhở những người này không quên những bài học đáng ghi nhớ trong quá khứ.

Những vấn đề và thách thức mới sẽ hiện ra với thời gian. Trong khi những người tị nạn trước đây gần đạt được bình đẳng toàn diện về kinh tế với đại chúng Canada, có thể vẫn còn sự chênh lệch trong một vài địa hạt. Thế hệ trẻ với thời gian có thể sẽ cảm thấy nhu cầu dung hòa văn hóa Canada với truyền thống văn hóa Đông Nam Á của họ. Và vì họ đã vượt qua được nhiều thử thách to lớn trong quá khứ, dĩ nhiên cộng đồng này sẽ vượt qua được những thách thức mới. Canada và vùng thủ đô cũng sẽ được hưởng lợi.

Sự kết hợp giữa sự can đảm, lòng bác ái, ý chí và những lời cầu nguyện được đáp ứng của người tị nạn, đã làm nẩy sinh những giá trị to tát và lâu dài. Mùa hè năm 1980, trong khuôn khổ hạn hẹp của một trại tị nạn ở Thái Lan, ông Hoàng Song An đã được tin là Canada đã chấp nhận ông, ông đã soạn một bài hát về quê hương mới của ông. Bài này với thời gian đã trở thành di chúc của bản thân ông. Qua những gian truân lúc thắng cũng như lúc thua mà ông đã trải qua, người ta có thể mường tượng được đời sống của hàng trăm ngàn người khác, nhưng tất cả đều đã có chung một số phận. Bài hát của ông An chào mừng quê hương mới có thể là đoạn kết thích hợp nhất của quyển sách này.

CHÀO CANADA

Tác giả: Hoàng Song An

Chào mừng Canada

Chào mừng Canada

Xứ yên lành, lớn vô cùng,

Nhìn quê người mà xót quê hương ...

Chào mừng Canada

Chào mừng Canada

Nắng êm đềm, tuyết chan hòa

Nhin quê người mà nhớ quê hương ...

Biển đông xanh bao la,

Thuyền ra khơi phong ba,

Cứ đi liều,

Cuối chân trời

Gặp phái đoàn Canada

Người Canada vui tươi

Tình Canada như hoa

Đón dân mình, rất chân tình,

Nghe trong lòng bao nỗi xót xa …

Điệp khúc: Đến hôm nay xa quê hương bao xuân qua

Vẫn luôn luôn mang trong tim hoài cố hương

Dòng Rồng-Tiên

Việt Nam tôi,

Xin có đôi lời biết ơn

Dòng Rồng-Tiên

Việt Nam tôi,

Xin có đôi lời biết ơn

ĐÔI DÒNG VỀ TÁC GIẢ BRIAN BUCKLEY

Ông Brian Buckley sinh ra ở Montréal và theo đuổi học vấn ở Montréal và Ottawa. Ông gia nhập Bộ Ngoại Giao của Canada năm 1967 và nghỉ hưu năm 1998 ở chức vị Tổng Giám Đốc, sau khi phục vụ tại vùng Trung Đông, Âu Châu, và Hoa Kỳ. Sau ba năm làm việc ở Đại Học Dalhousie ở Halifax, ông trở lại Ottawa và giảng dạy tại Norman Paterson School of International Affairs thuộc Đại Học Carleton. Ông là tác giả nhiều cuốn sách và nhiều bài báo về ngoại giao, cơ quan thông tin và những chương trình về nguyên tử đầu tiên của Canada. Ông và vợ, bà Mary Ann, có năm người con và số cháu nội cháu ngoại ngày càng gia tăng. Năm 1979-80, hai ông bà tham dự nhóm bảo trợ vùng Alta Vista của Dự Án 4000.

Đôi dòng về dịch giả Nguyễn Duy Vinh và Hoàng Thị Lan

Ông Nguyễn Duy Vinh sinh ra ở Việt Nam và là sinh viên du học ngành cơ khí tại đại học Laval. Sau khi tốt nghiệp, ông theo đuổi sự nghiệp nhà giáo và đã dạy học ở Phi Châu (Sénégal, Cameroun), đại học Sherbrooke, và đại học Laval. Ông gia nhập Trung Tâm Nghiên Cứu Quốc Gia Canada (National Research Council) năm 1989 và nghỉ hưu năm 2008 ở chức vị Trưởng Nhóm (Group Leader). Bà Hoàng Thị Lan, phu nhân của ông Nguyễn Duy Vinh, cũng là sinh viên du học về ngành khoa học chính trị tại đại học Laval. Bà Hoàng Thị Lan gia nhập Bộ Ngoại Giao Canada năm 1985 và nghỉ hưu năm 2012, sau khi phục vụ tại các nước Tunisia, Australia, và Cameroon. Hai ông bà có 3 người con và 5 cháu ngoại và hiện cư ngụ tại thành phố Ottawa.

Trung Tâm Người Việt Canada
Vietnamese Canadian Centre
Centre vietnamien Canada
P.O. Box 62042 Convent Glen, Ottawa, ON K1C 7H8 Canada
Tel.: (613) 230-8282; Email: ottawavietcancentre@gmail.com
Website: www.vietnamesecanadiancentre.ca
Business No. 11928 5849

Liên lạc dịch giả
vovovinh@outlook.com

Liên lạc nhà xuất bản
han.le3359@gmail.com
(408) 722-5626

Bìa mềm, màu:
USA: $25 US
Canada: $30 CAD
Other countries: $35 US

Bìa cứng, màu:
USA: $30 US
Canada: $35 CAD
Other countries: $40US

www.ingramcontent.com/pod-product-compliance
Lightning Source LLC
LaVergne TN
LVHW082043051026
849532LV00011B/3465
* 9 7 9 8 8 6 9 0 3 6 6 2 9 *